വിജ്ഞാനവർഷം

പുസ്തകം 110

ഇതു പണം കായ്ക്കുന്ന മരം

ithu panam kaykkunna maram

•

dr. b premlet

•

first edition
september 2014

•

typesetting & published
chintha publishers, thiruvananthapuram

•

printed
akshara offset, thiruvananthapuram

•

cover
swetha

വിതരണം

ദേശാഭിമാനി ബുക്ക് ഹൗസ്

H O തിരുവനന്തപുരം–695 035
phone: 0471-2303026, 6063026
www.chinthapublishers.com
chinthapublishers@gmail.com

ബ്രാഞ്ചുകൾ

ഹെഡ്ഓഫീസ് ബ്രാഞ്ച് കുന്നുകുഴി • സ്റ്റാച്യു തിരുവനന്തപുരം • കെ എസ് ആർ ടി സി ബസ് സ്റ്റേഷൻ ആലപ്പുഴ • കെ എസ് ആർ ടി സി ബസ് സ്റ്റേഷൻ എറണാകുളം • ചിറ്റൂർ റോഡ് എറണാകുളം • മച്ചിങ്ങൽ ലെയ്ൻ തൃശൂർ • ഐ ജി റോഡ് കോഴിക്കോട് • മാവൂർ റോഡ് കോഴിക്കോട് • എൻ ജി ഒ യൂണിയൻ ബിൽഡിങ് കണ്ണൂർ • സെൻട്രൽ ബസ് ടെർമിനൽ കോംപ്ലക്സ് താവക്കര കണ്ണൂർ

CO - VV. 110 / 2097 / 3515

ഇതു പണം കായ്ക്കുന്ന മരം

ഡോ. ബി പ്രേംലെറ്റ്

ചിന്ത പബ്ലിഷേഴ്സ്
തിരുവനന്തപുരം-695 035

ഡോ. ബി പ്രേംലെറ്റ്

കൊല്ലം മുണ്ടക്കൽ പുത്തൻവീട്ടിൽ ജനിച്ചു. ഭൗതികശാസ്ത്രം, ഗണിതശാസ്ത്രം എന്നീ വിഷയങ്ങളിൽ മാസ്റ്റർ ബിരുദം. ഭൗതികശാസ്ത്രത്തിൽ ഡോക്ടറേറ്റ്. ടി കെ എം എഞ്ചിനീയറിങ് കോളേജിലെ ഫിസിക്സ് വിഭാഗം ലക്ചറർ.

കൃതികൾ (എഞ്ചിനീയറിങ് പാഠപുസ്തകങ്ങൾ) : *Advanced Engineering Physics, Physics for Engineers, Introduction to Solid State Devices, Electromagnetic Theory with Applications, Antennas and Wave Propagation, Microwave Engineering, Introduction to Electrical Engineering* (co-author), *Electrical Engineering Materials Science* (co-author), *Optics and Solid State Physics,* എന്താണ് $\frac{d}{dx}$.

ഭാര്യ : ഡോ. കവിത എം കെ

മക്കൾ : ശരത് പ്രേം, മാളവിക പ്രേം

ഉള്ളടക്കം

പ്രസാധകക്കുറിപ്പ്	7
ആമുഖം	8
പോഷക സമൃദ്ധം– വെളുത്ത സ്വർണ്ണം	11
കശുമാങ്ങ എന്ന ആപ്പിൾ	13
ചരിത്രം	21
കശുവണ്ടി സംസ്കരണം	29
കശുവണ്ടിപ്പരിപ്പ് 320	42
ചായ മുതൽ മരുന്നുവരെ	49
ഗുണമേന്മയുടെ താക്കോൽ	53
കശുവണ്ടിപ്പരിപ്പ് കയറ്റുമതി	59
കേരള സംസ്ഥാന കശുമാവ് കൃഷി വികസന ഏജൻസി	65
പ്രശ്നങ്ങൾ പരിഹാരങ്ങൾ	69

സമർപ്പണം

തീച്ചൂളയിൽ
വെളുത്ത സ്വർണ്ണം
കാച്ചിയും തല്ലിയും വിളക്കിയും
കൊഴിഞ്ഞുപോയ ജീവിതങ്ങൾക്ക്

പ്രസാധകക്കുറിപ്പ്

ദക്ഷിണ മദ്ധ്യ അമേരിക്കയിൽനിന്നും പോർച്ചുഗീസുകാർക്കൊപ്പം ഗോവ വഴിയാണ് കശുവണ്ടി കേരളത്തിലെത്തിയത്. എ ഡി 1560 നും 1565 നും ഇടയിലാണ് കശുമാവ് കേരളത്തിൽ വേരുറപ്പിക്കുന്നത്. 1920 ൽ കൊല്ലത്ത് കശുവണ്ടി വ്യവസായം ആരംഭിച്ചു. കേരളത്തിന്റെ സമ്പദ് വ്യവസ്ഥയിൽ നിർണ്ണായക സ്വാധീനമുള്ളതാണ് കശുവണ്ടി. ലക്ഷക്കണക്കിന് പേർ കശുമാവിനെയും കശുവണ്ടി വ്യവസായത്തെയും ആശ്രയിച്ചു കഴിയുന്നു. ആഗോളവിപണിയുമായി കണ്ണി ചേർക്കപ്പെട്ടതിനാൽ വിലയിലെ കയറ്റിറക്കങ്ങൾ ഏറെപ്പേരെ ബാധിക്കുന്നുണ്ട്. വിപണിയിൽ കശുവണ്ടിയുടെ പ്രാധാന്യം അറിയുന്നവർ തന്നെ ശാസ്ത്രീയമായി കശുമാവ് എന്ന സവിശേഷതയെ വേണ്ടരീതിയിൽ അറിയുന്നില്ല. ഇത്തരത്തിൽ അറിവു നല്കുന്ന പുസ്തകങ്ങളും കുറവാണ്. ആ കുറവ് പരിഹരിക്കുകയാണ് ഈ ഗ്രന്ഥം. കശുവണ്ടിയുടെ ശാസ്ത്രീയ സവിശേഷതകൾ, അണ്ടിപ്പരിപ്പ് വേർതിരിക്കുന്നതു മുതൽ വിപണി വരെയുള്ള അതിന്റെ പ്രയാണം സംസ്കരണ രീതികൾ തുടങ്ങിയവ ഈ പുസ്തകത്തിൽ വിശദീകരിക്കുന്നു.

ചിന്ത പബ്ലിഷേഴ്സ്

ആമുഖം

കശുവണ്ടിപ്പരിപ്പ് രുചിക്കാത്തവരില്ല. ലക്ഷോപലക്ഷം തൊഴിലാളികളുടെ ഉപജീവനത്തിന്റെയും മാതൃരാജ്യത്തിന്റെ വിദേശനാണ്യവരവിന്റെയും മേഖലയാണ് കശുവണ്ടിവ്യവസായം. നൂറ്റാണ്ടിന്റെ പാരമ്പര്യം അവകാശപ്പെടാവുന്ന കശുവണ്ടി സംസ്കരണം മെച്ചപ്പെടുത്തുന്നതിനും മൂല്യവർദ്ധിത ഉല്പന്നങ്ങൾ നിർമ്മിക്കുന്നതിനുംവേണ്ടി അനുയോജ്യമായ സാങ്കേതികവിദ്യകൾ വികസിപ്പിച്ചെടുക്കാൻ കശുവണ്ടിമേഖലയെ പുതിയ തലമുറയ്ക്ക് പരിചയപ്പെടുത്തിക്കൊടുക്കുകയാണ് രചനാലക്ഷ്യം.

ഈ അടുത്ത കാലംവരെ കേരളത്തിനായിരുന്നു ഈ രംഗത്തെ ലോകത്തെ കുത്തക. ഇപ്പോഴത് നഷ്ടപ്പെട്ടുവെങ്കിലും സംസ്കരണ രീതികൊണ്ടും തൊഴിൽ വൈദഗ്ദ്ധ്യം കൊണ്ടും പേരുകൊണ്ടും ലോകത്ത് മികച്ച സ്ഥാനം നമ്മുടെ സംസ്ഥാനത്തിനുണ്ട്.

ലോക വിപണിയിൽ ഈ രംഗം ഒട്ടേറെ വെല്ലുവിളികൾ നേരിടുന്നു. നിലനില്പിന് ഒട്ടേറെ കാര്യങ്ങൾ അടിയന്തരമായി നിർവ്വഹിക്കേണ്ടതുണ്ട്. വിദഗ്ദ്ധ തൊഴിലാളികളുടെ അഭാവവും പുതിയ തലമുറയുടെ ഈ രംഗത്തേക്കുള്ള വരവും മന്ദീഭവിച്ചത് മുഖ്യ പ്രശ്നങ്ങളിൽ ഒന്നാണ്. അത്യാവശ്യം വേണ്ടുന്ന യന്ത്രവല്ക്കരണം നടപ്പിലാക്കണം. ഇവിടത്തെ എഞ്ചിനീയർമാർ ഈ രംഗത്ത് ശ്രദ്ധേയമായ സംഭാവന നല്കിയിട്ടില്ല. ആവശ്യമായ തോട്ടണ്ടി ഈ നാട്ടിൽ ലഭ്യമല്ല. അത്യുല്പാദനശേഷിയുള്ള ഇനങ്ങൾ വച്ചുപിടിപ്പിച്ചാലേ കഴിയൂ.

കാഷ്യുരംഗത്തെ സമരചരിത്രങ്ങളെക്കുറിച്ചുള്ള വിശദമായ പുറങ്ങൾ ലഭ്യമാണ്. കശുവണ്ടിപ്പരിപ്പിനെക്കുറിച്ചുള്ള ലഘുലേഖകളും ലേഖനങ്ങളും ലഭ്യമാണ്. എന്നിരുന്നാലും കശുവണ്ടി മേഖലയെക്കുറിച്ചുള്ള

ഒരു സമഗ്രഗ്രന്ഥം പൊതുവായനയ്ക്ക് ലഭ്യമല്ലെന്ന് കണ്ടു.

ലോകകശുവണ്ടിവ്യവസായത്തിന്റെ തലസ്ഥാനമെന്ന് കരുതാവുന്ന സ്ഥലത്തുനിന്ന് ഒരു ലഘുഗ്രന്ഥം. കശുവണ്ടിവ്യവസായം നേരിടുന്ന വെല്ലുവിളികളെക്കുറിച്ചും പ്രശ്നങ്ങളെക്കുറിച്ചും പ്രതിപാദിക്കുന്നു. മേഖലയിൽ ബന്ധപ്പെട്ട ഒട്ടേറെപ്പേരെ നേരിൽ കണ്ട് അനുഭവപാഠങ്ങൾ ശേഖരിക്കാൻ കഴിഞ്ഞതിൽ കൃതാർത്ഥതയുണ്ട്.

ഒട്ടേറെ അനുഭവസമ്പന്നർ ഈ പുസ്തകരചനയിൽ സഹകരിക്കുകയും സഹായിക്കുകയും ചെയ്തിട്ടുണ്ട്. കൃതജ്ഞതാപൂർവ്വം അവരുടെ പേരുകൾ കുറിച്ചിടട്ടെ. ഈ ലിസ്റ്റിന്റെ ദൈർഘ്യം കുറയ്ക്കുന്നതിനാൽ ചില പേരുകളെങ്കിലും ഉൾപ്പെടാതിരിക്കുന്നതിൽ ഖേദിക്കുന്നു.

ശ്രീ. ജനാബ് ഷഹാൽ ഹസ്സൻ മുസലിയാർ (*TKM അഗ്രൊ ഇൻഡസ്ട്രീസ്*)

ശ്രീ. K രവീന്ദ്രനാഥൻ നായർ (*VLC കാഷ്യു*)

സഖാവ്. P K ഗുരുദാസൻ (*മുൻ തൊഴിൽ മന്ത്രി*)

ശ്രീ. സജീദ് മുസലിയാർ (*FN കാഷ്യു*)

ശ്രീ. K സോമസുന്ദരം (*S V കാഷ്യൂ*)

ശ്രീ. S D മേനോൻ (*ഒറിയോൺ കമ്മോഡിറ്റീസ് & സർവ്വീസെസ് പ്രൈവറ്റ് ലിമിറ്റഡ്*)

ശ്രീ. K ശശിവർമ്മ (*എക്സിക്യൂട്ടീവ് ഡയറക്ടർ & സെക്രട്ടറി, CEPC*)

സഖാവ്. T M മജീദ് (*ട്രേഡ് യൂണിയൻ നേതാവ്, ഗ്രന്ഥകാരൻ*)

ശ്രീ. C വിജയ്കുമാർ (*കെമിസ്റ്റ്, VLC കാഷ്യു*)

ശ്രീ. R ഓമനക്കുട്ടൻ പിള്ള (*മാനേജർ, VLC കാഷ്യു, ചന്ദനത്തോപ്പ്*)

ശ്രീ. V G കിഷോർ കുമാർ (*ചെയർമാൻ, സ്പെഷ്യൽ ഓഫീസർ, KSACC*)

ഈ പുസ്തകത്തിന്റെ പ്രസിദ്ധീകരണം ഏറ്റെടുത്ത് നിർവ്വഹിച്ച ചിന്ത പബ്ലിഷേഴ്സിനോടുള്ള കടപ്പാട് അറിയിക്കുന്നു.

ഡോ. ബി പ്രേംലെറ്റ്

1

പോഷക സമൃദ്ധം- വെളുത്ത സ്വർണ്ണം

മണ്ണിൽ പണിയെടുക്കുന്ന കർഷകന്റെ ജീവിതവരുമാനവും ധനികന്റെ തീൻമേശയിലെ ആഡംബരവുമായ ഒരു ഭക്ഷ്യവസ്തുവാണ് കശുവണ്ടിപ്പരിപ്പ്. അന്താരാഷ്ട്ര തലത്തിൽ ആൽമണ്ട്, പിസ്റ്റാഷ്യോ, വാൾനട്ട്, പീക്കൺസ്, മക്കഡേമിയ എന്നിവയുമായി മത്സരിച്ച് കശുവണ്ടിപ്പരിപ്പ് ലോകവിപണിയിൽ കാലാകാലമായി പിടിച്ചു നില്ക്കുന്നു എന്നത് ശ്രദ്ധേയമാണ്. കൊടുംചൂടിലും തളിരണിഞ്ഞ് നില്ക്കുന്ന കശുമാവിൻതോട്ടങ്ങൾ കേരളത്തിന്റെ മുക്കിലും മൂലയിലും തനതുകാഴ്ചയാണ്. പൊതുവേ ചെങ്കൽ പ്രദേശങ്ങളായ കാസർഗോഡിലും കണ്ണൂർ ജില്ലയിലും വയനാട്ടിലും ഇടനാട്ടിലും ഒക്കെ കശുമാവ്കൃഷി ധാരാളമായി നടക്കുന്നുണ്ട്. വിദേശവിപണിയിൽപ്പോലും എക്കാലത്തും ലഭിച്ചുപോരുന്ന വൻപ്രിയമാണ് കശുമാവ് കൃഷിയെ നിലനിർത്തുന്നത്. പ്രതിവർഷം ഭാരതത്തിൽ നിന്ന് കയറ്റി അയക്കുന്ന നാലായിരം കോടി

രൂപ വിലവരുന്ന ഒരുലക്ഷം മെട്രിക് ടണ്ണോളം കശുവണ്ടിപ്പരിപ്പ് അമേരിക്കയിലേയും യൂറോപ്യൻ രാജ്യങ്ങളിലേയും തീൻമേശകളിലെത്തുന്നു. ജീവനോപാധിയുടെ ഭാഗമായി സ്വന്തം കുരുന്നുകളുടെ ശാരീരികവും മാനസികവുമായ വൈകല്യങ്ങൾ ഏറ്റുവാങ്ങേണ്ടിവരുമ്പോഴും വേദനയോടെ പേറിക്കൊണ്ടുപോകേണ്ടിവരുന്ന ജീവിതങ്ങൾ വെളുത്ത സ്വർണ്ണനിർമ്മാണത്തിന് പിന്നിലുണ്ട്.

സുഗന്ധവിളകളുടെ നാടായ കേരളത്തിലെ കറുത്തസ്വർണ്ണത്തെക്കുറിച്ച് ഏവർക്കുമറിയാം. പോർച്ചുഗീസ് വ്യാപാര ഉടമ്പടികളിൽ കറുത്ത സ്വർണ്ണം തേടി കടൽ കടന്നെത്തിയത് നിരവധി വ്യാപാരികളായിരുന്നു. ഇതോടൊപ്പം വെളുത്ത സ്വർണ്ണവും തിളങ്ങി നിന്നു. കേരളത്തിന്റെ സമ്പദ്‌വ്യവസ്ഥയിൽ ഉയർച്ച ഉണ്ടാക്കുക മാത്രമല്ല ഉല്പാദനം, വിപണനം, സംസ്കരണം എന്നിവയിൽ കശുവണ്ടി വ്യവസായത്തിന് നിർണ്ണായക പങ്കാണ് ഉള്ളത്.

തൊഴിൽ മേഖലയിലെ ആധിപത്യത്തിന് പുറമേ കശുവണ്ടി കേരളത്തിന്റെ ഭക്ഷ്യസംസ്കാരത്തിന്റെ ഭാഗം കൂടിയാണ്. പോഷക സമ്പുഷ്ടമായ ഭക്ഷ്യോല്പാദനം എന്ന നിലയിൽ കശുവണ്ടിയെ ഭാരതീയർ സ്വീകരിച്ചിട്ട് കാലമേറേയായി. യൂറോപ്യൻ തീൻമേശകളടക്കം ഇന്ന് കേരളത്തിന്റെ കശുവണ്ടി ഒഴിച്ചുകൂടാനാവാത്ത വിഭവമായി. അതിഥികൾ വരുമ്പോൾ വിരുന്നു സല്ക്കാരത്തിന് നാം കേരളീയർ റോസ്റ്റഡ് കശുവണ്ടിപ്പരിപ്പ് ഒഴിവാക്കാറില്ല.

2

കശുമാങ്ങ എന്ന ആപ്പിൾ

കശുമാങ്ങ ആപ്പിളാകുന്നു. ഇംഗ്ലീഷിൽ കശുമാങ്ങയ്ക്ക് കാഷ്യു ആപ്പിൾ (Cashew apple) എന്നാണ് പറയുക. വർണ്ണസാദൃശ്യം കൊണ്ടു മാത്രം ഉണ്ടായതല്ല ഈ പേര്. മറിച്ച് രൂപസാദൃശ്യം കൊണ്ടുണ്ടായ താണ് ആപ്പിൾ എന്ന പേര്. ആപ്പിളിനും കശുമാങ്ങയ്ക്കും പൊതുവാ യിട്ടുള്ളതെന്തെന്നാൽ അവ രണ്ടും കപടഫലങ്ങളാണ് (pseudo fruit or carp).

കശുമാവിന്റെ യഥാർത്ഥഫലം കശുവണ്ടിയാണ്. അതുപോലെ ആപ്പിളിന്റെയും യഥാർത്ഥഫലം അതിനുള്ളിലെ ചെറിയ ഭാഗത്തിരിക്കുന്ന കുരുവാണ് (kernel). ആപ്പിളിൽ അതിന്റെ വിത്താകുന്ന കുരു ഉള്ളിലും കശുമാവിൽ അതിന്റെ മാങ്ങയ്ക്ക് ചുവട്ടിലുമാണ്. യഥാർത്ഥത്തിൽ അണ്ഡാശയത്തിൽ നിന്നാണ് വിത്തുണ്ടാകുന്നത്. കപടഫലങ്ങളിൽ വി ത്തുണ്ടാകുന്നത് കേസരമുകുളത്തിൽ നിന്നാണ്. വിത്തുവിതരണം ചെയ്യു ന്നവർക്കുള്ള പ്രകൃതിയുടെ പ്രതിഫലമാണ് ആപ്പിളിന്റെ മാംസളഭാഗവും കശുമാങ്ങയും. അതുകഴിച്ചിട്ട് വിത്ത് വിതയ്ക്കുക എന്നത് പ്രകൃതിയുടെ പ്രതീക്ഷ.

ഹൃദയാകൃതി

കശുവണ്ടിക്കുമുണ്ടൊരു ഹൃദയാകൃതി. അതിന്റെ തോടിന്റെ ആ കൃതിക്ക് മനുഷ്യഹൃദയത്തോട് സാദൃശ്യമുള്ളതുകൊണ്ടാണ് ലത്തീൻ ഭാഷയിൽ കാർഡിയം (ഹൃദയവുമായി ബന്ധപ്പെട്ടത്) എന്ന വാക്ക് കശു വണ്ടിക്ക് നല്കിയത്. അനാകാർഡിയം (Anacardium) എന്നാൽ ഹൃദ യത്തിന്റെ ആകൃതിയിലുള്ളത് എന്നാണ് അർത്ഥമാക്കുന്നത്.

തീർന്നില്ല കശുവണ്ടിപ്പരിപ്പിന് മനുഷ്യന്റെ വൃക്കയുടെ (Kidney)

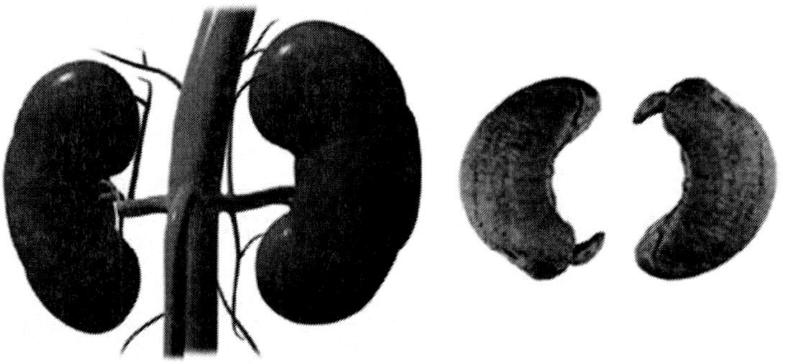

ആകൃതിയാണുള്ളത്. കശുവണ്ടിയുടെ തോടിനും പരിപ്പിനും ബന്ധമുള്ളതുപോലെ ഹൃദയത്തിനും വൃക്കയ്ക്കും രക്തബന്ധമുണ്ട്!

കശുവണ്ടി 'നവലോക'ത്തിന്റേതാണ്. ഏഷ്യയും യൂറോപ്പുമൊക്കെ പഴയതാണ് അഥവാ ഓറിയന്റൽ എന്നു പറയും. എന്നാൽ അമേരിക്കൻ നാടുകൾ ലോകത്തിന് പുതിയതാണ്. ആ ദേശങ്ങൾ ലോകത്തിന് അറിവായിട്ട് ഏതാനും നൂറ്റാണ്ടുകളേ ആയിട്ടുള്ളു. അങ്ങനെ നവലോകം എന്ന അർത്ഥം വരുന്ന ഓക്സിഡന്റ് (Occident) എന്ന പദം കൂടി ഉപയോഗിച്ചാണ് ദ്വിനാമ പദ്ധതിയിൽ കശുമാവിന് ശാസ്ത്രീയ നാമകരണം നല്കിയിട്ടുള്ളത്: 'നവലോകത്തിന്റെ ഹൃദയാകൃതി' എന്ന് അർത്ഥം വരുന്ന അനാകാർഡിയം ഓക്സിഡെന്റേൽ (Anacardium Occidental) എന്ന നാമകരണം വന്നുകൂടി.

കശുമാങ്ങ

കങ്കാരു അതിന്റെ ഉദരസഞ്ചിയിൽ കൊണ്ടുനടക്കുന്ന കുഞ്ഞിനെപ്പോലെ കശുമാങ്ങയിൽ ഒട്ടിയിരിക്കുന്ന കശുവണ്ടി കാറ്റിൽ ഊയലാടുന്നത് മനോഹരദൃശ്യമാണ്. കശുമാവിന്റെ യഥാർത്ഥഫലമായ കശുവണ്ടി മാറോടണച്ചു പിടിച്ച കുഞ്ഞിനെപ്പോലെയാണ്. കശുമാങ്ങയ്ക്ക് തോട്ടണ്ടിയേക്കാൾ എട്ടുമുതൽ പത്തിരട്ടിവരെ ഭാരമുണ്ടാകും. കശുവണ്ടിയുടെ തോടിന് നല്ല എണ്ണമയവും മിനുസവുമുണ്ട്. തേനീച്ചക്കൂടിനെപ്പോലെ ആറുവശങ്ങളുള്ള ചെറിയ അറകളോടുകൂടിയ തോടിനുള്ളിലാണ് കശുവണ്ടിപ്പരിപ്പിന്റെ ഇരിപ്പ്. പരിപ്പിനെ പൊതിഞ്ഞ് ചാരനിറത്തിലുള്ള ത്വക്ക് (testa) പോലെയുള്ള തൊലിയ്ക്കുള്ളിലാണ് കശുവണ്ടിപ്പരിപ്പ്.

കശുമാങ്ങ പോഷകഗുണം ഏറെയുള്ള ഫലമാണ്. ഇത് ജാം ഉണ്ടാക്കുന്നതിന് വ്യാപകമായി ഉപയോഗിച്ചുവരുന്നു. കേരളത്തിൽ ഇതിനുള്ള ഫാക്ടറി തൃശ്ശൂരിൽ പ്രവർത്തിച്ചുവരുന്നു. ലഘുപാനീയത്തിൽ ഒരു ഘടകമായും ഉപയോഗിച്ചുവരുന്നു. ബ്രസീലിലും മറ്റ് ചില രാജ്യങ്ങളിലും കശുമാങ്ങ വാറ്റി വീഞ്ഞായും മദ്യമായും പാനം ചെയ്യുന്നു. ഇന്ത്യയിൽ പ്രത്യേകിച്ച് ഗോവയിൽ കശുമാങ്ങയിൽനിന്ന് വാറ്റിയെടുക്കുന്ന 'ഗോവൻ

ഫെനി' പ്രശസ്തമായ മദ്യമാണ്. ഗോവയ്ക്ക് പുറത്ത് ഇത് കൊണ്ടുപോകാൻ അനുവാദമില്ല. ഫ്രൂട്ട് ജ്യൂസായും ഉപയോഗിക്കുന്നു. കശുമാങ്ങ ഉണക്കി ടിന്നിലടച്ച് ദീർഘകാലം ഉപയോഗിച്ചുവരുന്ന രീതിയും കണ്ടുവരുന്നു. പശ്ചിമ ആഫ്രിക്കയിൽ കശുമാങ്ങയിൽനിന്ന് തയ്യാറാക്കിയെടുക്കുന്ന വൈൻ നൂറ്റാണ്ടുകളായി പാനം ചെയ്യുന്നു.

കശുമാങ്ങയിൽ ഓറഞ്ചിൽ ഉള്ളതിന്റെ അഞ്ചിരട്ടി വിറ്റാമിൻ സി അടങ്ങിയിട്ടുണ്ട്. ഏറെ ഊർജ്ജദായകവും ഔഷധഗുണവുമുള്ളതാണ് കശുമാങ്ങ എന്ന് ശാസ്ത്രീയ പഠനങ്ങൾ തെളിയിച്ചിട്ടുണ്ട്. നാഡീസംബന്ധമായ രോഗങ്ങൾക്കും വാതത്തിനും മറ്റും ഫലപ്രദമായ ഔഷധങ്ങൾ കശുമാങ്ങയിൽനിന്ന് തയ്യാറാക്കിയെടുക്കുന്നു.

മൂന്നോ നാലോ വർഷം കൊണ്ട് കശുമാവ് കായ്ക്കും. ഏഴുവർഷം ആകുമ്പോഴേക്കും ഏറ്റവുംകൂടുതൽ കായ്ഫലം തരും. വർഷത്തിൽ ഏകദേശം 40 മുതൽ 60 കിലോഗ്രാം വരെ കശുമാങ്ങയും തോട്ടണ്ടിയും ലഭിക്കും. ഇതിൽനിന്ന് ശരാശരി 8 കിലോ തോട്ടണ്ടിയും രണ്ടര കിലോ കശുവണ്ടിപ്പരിപ്പുംലഭിക്കും. കശുമാവിനെ കപ്പൽമാവ്, പറങ്കിമാവ് എന്നൊക്കെ അറിയപ്പെടാറുണ്ട്.

താഴ്ന്ന് പടർന്ന് വളരുന്ന ചെറിയ മരമാണ് കശുമാവ്. സമശിതോഷ്ണ മേഖലയിൽ ഇത് തഴച്ചുവളരുന്നു. വർഷത്തിൽ ഒരിക്കൽ മാത്രം പൂത്ത് ഏകദേശം രണ്ട് മാസം കൊണ്ട് വിളയുന്നു. നവംബർ –ജനുവരിയാണ് ഈ കാലയളവ്.

ഏകദേശം പത്ത് മീറ്റർ പടർന്ന് പന്തലിച്ച് വളരുന്ന വൃക്ഷമാണ് കശുമാവ്. നിരവധി ചെറിയ ആൺപൂക്കളും ദ്വിലിംഗ പുഷ്പങ്ങളും

ചേർന്നതാണ് പൂങ്കുല. കശുമാവിന്റെ ഉല്പാദനശേഷി ദ്വിലിംഗപുഷ്പങ്ങളുടെ എണ്ണത്തെ ആശ്രയിച്ചിരിക്കുന്നു.

സസ്യശാസ്ത്രത്തിലെ ഒരപൂർവ്വ പ്രതിഭാസമാണ് കശുമാങ്ങ. ഇതിന്റെ ഉല്പത്തിയെക്കുറിച്ച് രസകരമായ ഒരു ഐതിഹ്യമുണ്ട്.

പുരാണം അനുസരിച്ച് ബ്രഹ്മാവ് സൃഷ്ടികർമ്മം സൃഷ്ടിനടത്താനായി മറ്റൊരു കൂട്ടർക്ക് വിട്ടുകൊടുത്തു. ആകർഷകമായ ഒരു മരത്തിന് രൂപം നല്കിയ 'സൃഷ്ടികർത്താക്കൾ' സ്വന്തം സൃഷ്ടിയുടെ മഹാത്മ്യത്തെ അല്പം അഹംഭാവത്തോടെ ബ്രഹ്മാവിന് പ്രദർശിപ്പിച്ചുകൊടുത്തു. ഇത് കണ്ട പക്വമതിയായ ബ്രഹ്മദേവൻ പറഞ്ഞു: "മരവും പഴവും കൊള്ളാം, പക്ഷെ കുരു എവിടെ?" എന്ന് അന്വേഷിച്ചപ്പോഴാണ് തങ്ങൾക്ക് പറ്റിയ അമളിയെപ്പറ്റി അവർ ബോധവാന്മാരായത്. ഇതിന്റെ നിത്യസ്മരണയ്ക്കായി ബ്രഹ്മാവ് കശുമാവിന്റെ കുരുവിനെ പഴത്തിന് വെളിയിൽ സ്ഥാപിച്ചുവത്രേ.

കഥ എന്തായാലും ശരി കേസരമുകുളം വികസിച്ച് രൂപം പ്രാപിക്കുന്ന കശുമാങ്ങ ഒരു യഥാർത്ഥ ഫലമല്ല. എങ്കിലും മറ്റ് പഴങ്ങളെപ്പോലെ മൂത്ത് പഴുക്കുന്ന സ്വഭാവവും ഭക്ഷ്യഅംശങ്ങളും ഉള്ളതാണ് രുചികരമായ കശുമാങ്ങ.

ഇന്ത്യൻ കൗൺസിൽ ഓഫ് മെഡിക്കൽ റിസർച്ച് (ICMR) 2007 ൽ നടത്തിയ കശുമാങ്ങയുടെ പോഷകഗുണത്തെക്കുറിച്ചുള്ള പഠനവിവരമാണ് ചുവടെ കൊടുത്തിരിക്കുന്നത്. 100 ഗ്രാം കശുമാങ്ങയിൽ അടങ്ങിയ ധാതുലവണങ്ങളും ജലാംശവുമാണ് കൊടുത്തിരിക്കുന്നത്.

1. കരോട്ടിൻ	23 മൈക്രോഗ്രാം
2. തയാമിൻ (വിറ്റാമിൻ B_1)	0.02 മില്ലിഗ്രാം
3. റൈബോഫ്ളാവിൻ (വിറ്റാമിൻ B_2)	0.05 മി.ഗ്രാം
4. നിയാസിൻ (വിറ്റാമിൻ B_3)	0.4 മി.ഗ്രാം
5. വിറ്റാമിൻ സി	180 മി.ഗ്രാം
6. ഊർജ്ജം	51 kcal (കിലോ കലോറി)
7. കാത്സ്യം	10 മി.ഗ്രാം
8. ഫോസ്ഫറസ്	10 മി.ഗ്രാം
9. ഇരുമ്പ്	0.2 മി.ഗ്രാം
10. പ്രോട്ടീൻ	0.2 മി.ഗ്രാം
11. കൊഴുപ്പ്	0.1 ഗ്രാം
12. ധാതുദ്രവ്യങ്ങൾ	0.2 ഗ്രാം
13. അസംസ്കൃത നാരുകൾ	0.9 ഗ്രാം
14. കാർബോഹൈഡ്രേറ്റ്	12.3 ഗ്രാം
15. ജലാംശം	86.3 ഗ്രാം

അണ്ടിപ്പരിപ്പിന്റെ പോഷകമൂല്യം (100 ഗ്രാം കശുവണ്ടിപരിപ്പിൽ)

1. ജലാംശം	5.9 ഗ്രാം

2. പ്രോട്ടീൻ	21.2 ഗ്രാം
3. കൊഴുപ്പ്	46.9 ഗ്രാം
4. ധാതുദ്രവ്യങ്ങൾ	2.4 ഗ്രാം/ധാതുലവണങ്ങൾ
5. അസംസ്കൃത നാരുകൾ	13 ഗ്രാം
6. കാർബോഹൈഡ്രേറ്റ്	22.3 ഗ്രാം
7. ഊർജ്ജം	596 kcal
8. കാത്സ്യം	50 മില്ലിഗ്രാം
9. ഇരുമ്പ്	5.81 മില്ലിഗ്രാം
10. ഫോസ്ഫറസ്	450 മില്ലിഗ്രാം
11. കരോട്ടിൻ	60 മൈക്രോഗ്രാം
12. തയാമിൻ	0.63 മില്ലിഗ്രാം
13. റൈബോഫ്ളാവിൻ	0.19 മില്ലിഗ്രാം
14. നിയാസിൻ	1.2 മില്ലിഗ്രാം
15. മഗ്നീഷ്യം	349 മില്ലിഗ്രാം
17. മാംഗനീസ്	1.42 മില്ലിഗ്രാം
18. സിങ്ക്	5.99 മില്ലിഗ്രാം
19. ക്രോമിയം	0.163 മില്ലിഗ്രാം
20. ഓക്സാലിക് ആസിഡ്	318 മി.ഗ്രാം

കശുവണ്ടിപ്പരിപ്പിന്റെ ആകർഷകമായ വശം അത് കൊളസ്ട്രോൾ രഹിതമായ ഒരു സസ്യഫലമാണ് എന്നതാണ്. പാലും മുട്ടയും മാംസവും അങ്ങനെയല്ല. രക്തത്തിലും ശരീരകോശത്തിലും കാണപ്പെടുന്ന മൃദുവും മെഴുകുപോലിരിക്കുന്നതുമായ പദാർത്ഥമാണ് കൊളസ്ട്രോൾ. കോശ ഭിത്തികൾ നിർമ്മിക്കുന്നതിനും ചില ഹോർമോണുകൾ ഉല്പാദിപ്പിക്കുന്നതിനും മറ്റ് ചില ധർമ്മങ്ങൾക്കും കൊളസ്ട്രോൾ അത്യാവശ്യമാണ്. അപോലിപോ പ്രോട്ടീനുകളാണ് രക്തത്തിലൂടെ കൊളസ്ട്രോളിനെ വഹിച്ചുകൊണ്ടു പോകുന്നത്. രക്തത്തിലെ കൊളസ്ട്രോളിന്റെ അളവ് അധികമായാൽ ഹൃദ്രോഗത്തിന് വഴി തെളിക്കും. കൊളസ്ട്രോളും മറ്റ് കൊഴുപ്പുകളും മേൽപ്പറഞ്ഞ പ്രോട്ടീനുകളുമായി ചേർന്നതാണ് ലൈപോപ്രോട്ടീൻ. ഇത് വിവിധ തരത്തിലുണ്ടെങ്കിലും ഹൃദ്രോ

കശുമാങ്ങയുടെ വളർച്ചാഘട്ടങ്ങൾ

ഗത്തെ ചെറുക്കുന്നത് എച്ച് ഡി എൽ (ഹൈ ഡെൻസിറ്റി ലൈപോപ്രോട്ടീൻസ് ആകുന്നു. ഇത് നല്ല കൊളസ്ട്രോൾ എന്നറിയപ്പെടുന്നു. എന്നാൽ എൽ ഡി എൽ (ലൊ ഡെൻസിറ്റി ലൈപോപ്രോട്ടീൻ) ട്രൈഗ്ലിസറൈഡ് തുടങ്ങിയവ ഹൃദയപേശികളിലേക്കുള്ള രക്തക്കുഴലുകളിൽ രക്തപ്രവാഹത്തിന് തടസ്സമുണ്ടാക്കും. ജീവിതശൈലി രോഗങ്ങളിൽ ഏറ്റവും മാരകമായത് കൊറോണറി ഹാർട്ട് ഡിസീസ് എന്നറിയപ്പെടുന്ന ഹൃദ്രോഗം തന്നെയാണ്.

സസ്യേതര ആഹാരങ്ങളിൽ അടങ്ങിയിരിക്കുന്ന പൂരിത കൊഴുപ്പുകൾ രക്തത്തിലെ എൽ ഡി എൽ ന്റെ അളവ് ഉയർത്തും. കശുവണ്ടിപ്പരിപ്പിലെ കൊഴുപ്പിന്റെ അഞ്ചിലൊന്ന് മാത്രമാണ് പൂരിതകൊഴുപ്പുകൾ. കശുവണ്ടിപ്പരിപ്പിലെ അഞ്ചിൽ മൂന്ന് ഭാഗമുള്ള പൂരിതകൊഴിപ്പ് എൽ ഡി എൽ ന്റെ അളവ് കുറയ്ക്കാൻ സഹായിക്കുന്നു. പഠനങ്ങൾ തെളിയിക്കുന്നത്, കശുവണ്ടിപ്പരിപ്പ് കൊളസ്ട്രോൾ പ്രശ്നങ്ങൾ ഉണ്ടാക്കുന്നില്ല എന്നതാണ്.

100 ഗ്രാം കശുവണ്ടിപ്പരിപ്പിൽ 22.3 ഗ്രാം കാർബോഹൈഡ്രേറ്റ് അടങ്ങിയിട്ടുണ്ട്. ഇത് രക്തത്തിലെ പഞ്ചസാരയുടെ അളവ് വർദ്ധിപ്പിക്കാത്തതുകൊണ്ട് പ്രമേഹരോഗികൾക്കും കഴിക്കാവുന്നതാണ് എന്ന് പഠനങ്ങൾ തെളിയിച്ചിട്ടുണ്ട്. ശരീരത്തിന് ആവശ്യമായ പ്രോട്ടീനും വിറ്റാമിനും ധാരാളം അടങ്ങിയിട്ടുണ്ട്. കശുവണ്ടിപ്പരിപ്പിനെ പ്രകൃതിയുടെ വിറ്റാമിൻ ഗുളിക എന്നു വിളിക്കാം. ഒട്ടേറെ ധാതുലവണങ്ങൾ പരിപ്പിൽ അടങ്ങിയിട്ടുണ്ട്.

കശുവണ്ടി വ്യവസായം

1920 വരെ ഗ്രാമചന്തകളിൽനിന്ന് കശുവണ്ടി ശേഖരിച്ച് ഉണക്കി ചെറുകിട ഉല്പാദകർക്ക് വിതരണം ചെയ്യുകയും അവരത് തങ്ങളുടെ വീടുകളിൽ കുടിൽവ്യവസായമെന്ന നിലയിൽ സംസ്കരിച്ചെടുക്കുകയും ചെയ്യുന്ന സമ്പ്രദായമാണ് നിലനിന്നിരുന്നത്. കശുവണ്ടിയും മണലും ചേർത്ത് തുറന്ന ചട്ടിയിലിട്ട് വറക്കുന്ന പഴയ സമ്പ്രദായമാണ് അന്ന് സ്വീകരിച്ചിരുന്നത്. ആധുനിക രീതിയിൽ കശുവണ്ടി വറക്കുന്ന സമ്പ്രദായം തൂത്തുക്കുടിക്കാരനായ റോഷ് വിക്ടോറിയയാണ് ആവിഷ്കരിച്ചത്. ആവശ്യാനുസരണമുള്ള തോട്ടണ്ടിയുടെ ലഭ്യത, കുറഞ്ഞ വേതന നിലവാരം, റെയിൽ ഗതാഗതസൗകര്യം, കൊല്ലത്തെ തുറമുഖ സൗകര്യം എന്നിവയാണ് ഈ വ്യവസായം കൊല്ലത്ത് കേന്ദ്രീകരിക്കപ്പെടാനുണ്ടായ കാരണങ്ങൾ. കശുവണ്ടി വ്യവസായത്തിന്റെ ഈറ്റില്ലമാണ് കൊല്ലം.

ഫുട്ബോൾ കളിക്കളം

ലോകത്തിലെ ഏറ്റവും വലിയ കശുമാവ് ഉള്ളത് ബ്രസീലിലെ പർണ്ണാമിറിയ എന്ന നഗരത്തിലെ പിരാൻഗി ഡൊനോർട്ടെ എന്ന സ്ഥല

ത്താണ്. ഏകദേശം 7500 ചതുരശ്രമീറ്റർ വിസ്തീർണ്ണമുണ്ടിതിന്. ഈ മരം നട്ടുപിടിപ്പിച്ച മത്സ്യതൊഴിലാളിയായിരുന്ന ലൂയി ഇനാസിയോ ഒലിവേറ അതേ മരച്ചുവട്ടിൽ ചാരിയിരുന്നായിരുന്നു മരണത്തിലേക്ക് പൊഴിഞ്ഞുവീണത്. കശുമാവ് മുകളിലേക്ക് വളരുന്നതിനുപകരം ഭാരക്കൂടുതൽ കൊണ്ട് ശാഖകൾ വശങ്ങളിലേക്ക് പടർന്ന് വളരുകയും മണ്ണിൽ മുട്ടി വേരുപിടിച്ച് പന്തലിക്കുകയും ചെയ്തു. ഓരോ ശാഖയും മണ്ണിൽ മുത്തം വച്ച് വേരിറങ്ങി പുതിയ മരങ്ങളായി വീണ്ടും വീണ്ടും വളർന്നു. അങ്ങനെ ഒറ്റമരം വളർന്ന് പടർന്ന് റെക്കോർഡ് വലിപ്പത്തിലായി. ഈ പാർക്കിൽ അദ്ദേഹം തന്നെ നട്ടുപിടിപ്പിച്ച മറ്റൊരു കശുമാവ് വളർന്നത് സാധാരണ രീതിയിലാണ്. ആദ്യത്തെ കശുമാവ് പാർക്കിന്റെ 95 ശതമാനവും ഒറ്റമരംകൊണ്ട് നിറഞ്ഞുനില്ക്കുന്നു. കൂട്ടിനുള്ള മരം പ്രകൃതി നല്കിയ താരതമ്യം പോലെ അരികിൽ നില്ക്കുന്നു. ഒരു ഫുട്ബോൾ കളിക്കളം നിറഞ്ഞു നില്ക്കുന്ന കൂറ്റൻ കശുമാവ് ഒരു വിസ്മയകരമായ കാഴ്ചയാണ്.

ലോകത്തിൽ ആദ്യമായി തോട്ടണ്ടി സംസ്കരിച്ച് കശുവണ്ടിപ്പരിപ്പ് തയ്യാറാക്കുന്ന വ്യവസായത്തിന് തുടക്കമിട്ടത് കൊല്ലം ദേശത്താണ്.

കശുവണ്ടിപ്പരിപ്പ് കാണുമ്പോൾ 'ഇന്ത്യ' എന്ന് വിദേശികൾ അറിയാതെ പറഞ്ഞുപോകും. കശുവണ്ടിപ്പരിപ്പ് എന്നാൽ ഇന്ത്യയിൽ നിന്ന് കൊണ്ടുവന്നതാണെണ് വിദേശിയർ ഉറപ്പിച്ചിരുന്നു.

തുടർച്ചയായ കശുവണ്ടിപ്പരിപ്പിന്റെ കയറ്റുമതി ആരംഭിച്ചത് 1928 ൽ ആണെങ്കിലും കയറ്റുമതി തുടങ്ങിയത് 1905 ൽ സംസ്കരിച്ച കശുവണ്ടി കൊച്ചിയിൽനിന്നും അമേരിക്കയിലേക്ക് കയറ്റി അയച്ചതാണ്. ഒരു നൂറ്റാണ്ട് പിന്നിട്ടെങ്കിലും കശുവണ്ടിപ്പരിപ്പ് ഏറ്റവും കൂടുതൽ വാങ്ങുന്നത് അമേരിക്ക തന്നെയാണ്. ലോകത്തിന്റെ മൂന്നിൽ രണ്ട് ഭാഗം കശുവണ്ടിപ്പരിപ്പ് ഇന്ത്യയിൽനിന്നുള്ളതാണ്.

ഒരു മെട്രിക് ടൺ കശുവണ്ടിപ്പരിപ്പ് കയറ്റുമതി ചെയ്യുന്നതിന് 400 ദിവസത്തെ മനുഷ്യാദ്ധ്വാനം വേണ്ടിവരും.

കേരളത്തിന്റെ ഫലവർഗ്ഗങ്ങളിൽ കശുമാങ്ങയ്ക്ക് ഒരു പ്രമുഖസ്ഥാനമുണ്ട്. ഇന്ത്യയിൽ കേരളം, ഗോവ, മഹാരാഷ്ട്ര എന്നിവിടങ്ങളിലും ലാറ്റിൻ അമേരിക്കൻ നാടുകളിലും ധാരാളമായി കാണുന്ന ഒന്നാണിത്. പഴുത്ത് പാകമായ കശുമാങ്ങയുടെ ഫലത്തിനും ചാറിനും സ്വാദും മധുരവുമുണ്ടായിരിക്കും. പഴുത്ത് പാകമായ കശുമാങ്ങ പ്രത്യേകം സംസ്കരിച്ച് കയറ്റുമതിചെയ്യുന്നതിലൂടെ വരുമാനവും കിട്ടുന്നുണ്ട്. വിദേശരാജ്യങ്ങളിൽ പ്രത്യേകം വൈൻ ഉല്പാദനത്തിനായി ഇവ ഉപയോഗിക്കുന്നു. കാലങ്ങളോളം സൂക്ഷിച്ചുവയ്ക്കാൻ കഴിയുന്ന മധുരപാനീയമായും കശുമാങ്ങ ജൂസ് ഉപയോഗിക്കുന്നു.

ശാസ്ത്രീയ സംസ്കരണം വഴി മറ്റ് പഴവർഗ്ഗങ്ങളുടെ കൂടെ ചേർത്ത് വിവിധതരം സ്ക്വാഷുകൾ, ജാമുകൾ എന്നിവയുണ്ടാക്കാൻ ഇത് ഉത്തമമാണ്. ഏകദേശം 40 വർഷംവരെ ഫലം ലഭിക്കാറുണ്ട്.

കശുവണ്ടിയുടെ വിവിധ ഭാഷകളിലെ പേരുകൾ

കജു (Caju : പോർച്ചുഗീസ്)
കജൊ (Cajou : ഫ്രഞ്ച്)
കാഷ്യു (Cashew : ഇംഗ്ലീഷ്)
മരാനൊൻ (Maranon: സ്പാനിഷ്)
കജു (Cadju : ഹിന്ദി)
കജു (Cadju: സിംഹള ഭാഷ)
അനാക്കാർഡിയോ (Anacardio :ഇറ്റാലിയൻ)
കഷു (Kashu : ഡച്ച്)

കേരളത്തിലെ വാർഷിക കശുമാങ്ങ ഉല്പാദനം 5 മെട്രിക് ടൺ ആകുന്നു. തൃശൂരിലെ മാടക്കത്തറയിലുള്ള കശുവണ്ടി ഗവേഷണ നിലയം (The Cashew Research Station: CRS) ഒട്ടേറെ ഭക്ഷ്യവിഭവങ്ങൾ കശുമാങ്ങയിൽ ഇന്ന് വികസിപ്പിച്ചെടുത്തിട്ടുണ്ട്. വികസിപ്പിച്ചെടുത്ത ഉല്പന്നങ്ങൾ ആണ് ചിത്രത്തിൽ. ഏകദേശം 12000 രൂപയാണ് ഒരു ടൺ കശുമാങ്ങ സംസ്കരിച്ചെടുത്താൽ കിട്ടുന്ന ലാഭമെന്ന് കണക്കാക്കിയിട്ടുണ്ട്.

3

ചരിത്രം

ദക്ഷിണ–മധ്യ അമേരിക്കൻ നാടുകളാണ് കശുമാവിന്റെ സ്വദേശം. പതിനഞ്ചാം നൂറ്റാണ്ടിൽ പോർച്ചുഗീസുകാരാണ് ഇന്ത്യയിലും കിഴക്കൻ ആഫ്രിക്കൻ രാജ്യങ്ങളിലും കശുമാവ് പറിച്ചുനട്ടത്. ഇന്ത്യയിലാകട്ടെ ഗോവയിലാണ് ആദ്യം കശുമാവ് നട്ടുപിടിപ്പിച്ചത്. അവിടെനിന്ന് വളർന്നാണ് തെക്കോട്ട് കൊങ്കൺ തീരം വഴി മലബാറിലും കേരളത്തിലെ മറ്റ് ദേശങ്ങളിലേക്കും വ്യാപിച്ചത്. 19–ാം നൂറ്റാണ്ടിന്റെ അവസാന ദശകങ്ങളിൽ ഇന്ത്യയിലെ വിവിധ ഭാഗങ്ങളിലേക്ക് കശുമാവ് കൃഷി വ്യാപിച്ചു. പറങ്കി എന്നാൽ പോർച്ചുഗീസ് എന്നാണ് മലയാളത്തിൽ. പറങ്കി (പോർച്ചുഗീസ്) അണ്ടി (nut) എന്ന പേരും കശുവണ്ടി എന്നതിൽ കജു (caju) എന്നത് പോർച്ചുഗീസ് ഭാഷയിൽ കശുമാവിന്റെ പേരുമാണ് എന്നുള്ളതും പോർച്ചുഗീസ് ബന്ധം സൂചിപ്പിക്കുന്നു. മറ്റൊരു തെളിവ്: ലാറ്റിൻ അമേരിക്കൻ രാജ്യമായ ബ്രസീലിന്റെ തീരപ്രദേശത്തും കേരളത്തിന്റെയും ഗോവയുടെയും തീരപ്രദേശങ്ങളിലും കശുമാവ് വ്യാപകമായി കാണപ്പെടുന്നു. തെക്കേ അമേരിക്കയിൽനിന്ന് ഇന്ത്യയിലേക്ക് മാത്രമല്ല, ചില ആഫ്രിക്കൻ രാജ്യങ്ങളിലേക്കും പറിച്ചുനട്ടു എന്നതാണ് ചരിത്രം. എ.ഡി. 1560 നും 1565 നും ഇടയിൽ പോർച്ചുഗീസുകാർ കശുമാവ് ഇന്ത്യയിൽ കൊണ്ടുവന്നുവെന്ന് കരുതപ്പെടുന്നു. അഗോലോണിയുടെയും ജിയുലിയാനിയുടെയും അഭിപ്രായത്തിൽ ഇന്ത്യയിലേക്കുള്ള വരവിനു ശേഷം തെക്കുകിഴക്കേ ഏഷ്യൻ രാജ്യങ്ങളിലും 16–ാം നൂറ്റാണ്ടിന്റെ അവസാനം ആഫ്രിക്കയിലും കശുമാവ് എത്തി. ആദ്യം കിഴക്കൻ തീരങ്ങളിലും പിന്നീട് പടിഞ്ഞാറൻ തീരങ്ങളിലും ശേഷം ചില ദ്വീപുകളിലേക്കും വ്യാപിച്ചു. അവസാനമായി ഉത്തര അമേരിക്കൻ നാടുകളിലേക്കും കശുമാവ് പടർന്നുപിടിച്ചു. തെക്കേ അമേരിക്കയിലെ ബ്രസീലിലെ വടക്ക് കിഴ

ക്കൻ പ്രദേശത്താണ് കശുമാവ് ആദ്യമായി കൃഷി ചെയ്യപ്പെട്ടിരുന്നത്. കശുമാവിനെയും കശുമാങ്ങയെയും കശുവണ്ടിയെയും കുറിച്ച് ആദ്യമായി പുറംലോകം അറിയുന്നത് 16–ാം നൂറ്റാണ്ടിലാണ്. ബ്രസീൽ സന്ദർശിച്ച ഫ്രഞ്ചുകാർ, പോർച്ചുഗീസുകാർ, ഡച്ചുകാർ എന്നിവരാണ് കശുമാവിനെക്കുറിച്ച് വെളിപ്പെടുത്തിയത്.

പ്രകൃതിശാസ്ത്രജ്ഞനായിരുന്ന എ തെവെ എന്ന ഫ്രഞ്ചുകാരനാണ് ബ്രസീലിൽ ചിലയിടങ്ങളിൽ കാണപ്പെടുന്ന കശുമാവ് എന്ന വൃക്ഷത്തെക്കുറിച്ച് 1558 ൽ ആദ്യമായി വിവരിക്കുന്നത്. കശുമാവും അതിന്റെ ചാറും കശുവണ്ടിപ്പരിപ്പും ബ്രസീലിലെ ജനങ്ങൾ ഉപയോഗിച്ചിരുന്നുവെന്ന് രേഖപ്പെടുത്തിയിരുന്നു. കശുമാങ്ങയുടെ ചാറ് വേനൽക്കാലത്ത് ഉന്മേഷം പകരുന്ന പാനീയമാണെന്നും കശുവണ്ടിപ്പരിപ്പിന് ബദാംപരിപ്പിനെക്കാൾ രുചിയുണ്ടെന്നും സഞ്ചാരികളിൽ ചിലർ രേഖപ്പെടുത്തിയിട്ടുണ്ട്. കശുമാവിന്റെ ഇലകളും തോലും ചായമുണ്ടാക്കാൻ ഉപയോഗിച്ചിരുന്നുവെന്ന് കാർഡിം എന്ന ശാസ്ത്രജ്ഞൻ പറഞ്ഞിട്ടുണ്ട്.

സോരേസ് ഡിസൂസ എന്ന ഗ്രന്ഥകാരന്റെ അഭിപ്രായത്തിൽ കശുമാങ്ങയുടെ ചാറിന് ഔഷധഗുണമുള്ളതായി ബ്രസീലുകാർ വിശ്വസിച്ചിരുന്നതായി പറയുന്നു.

ബ്രസീലിലെ തുപി വർഗ്ഗക്കാർ കശുമാവിനെ അണ്ടി (nut) എന്ന് അർത്ഥമുള്ള 'അകാജു' (acaju) എന്നാണ് വിളിച്ചിരുന്നത്. പോർച്ചുഗീസുകാർ അകാജുവിനെ 'കാജു' എന്നുവിളിക്കാൻ തുടങ്ങി. അത് ഇംഗ്ലീഷിൽ നമുക്കെല്ലാം 'കാഷ്യു' എന്നായി മാറി.

ഇന്ത്യയിൽ ആദ്യമായി കശുമാവ് പ്രചരിച്ചത് കൊച്ചി രാജ്യത്തെ ദേശങ്ങളിലാണ്.

പോർച്ചുഗീസുകാരുടെ കാജുവിൽനിന്നാകാം കേരളീയർ അതിനെ കശുവണ്ടി എന്ന് പേരിട്ടത്. എന്തായാലും പറങ്കികൾ അഥവാ പോർച്ചുഗീസുകാർ കൊണ്ടുവന്നതുകൊണ്ടുതന്നെയാണ് പറങ്കിമാങ്ങ അല്ലെങ്കിൽ പറങ്കിഅണ്ടി എന്നെല്ലാം മലയാളികൾ വിളിക്കുന്നത്. കപ്പൽമാവ് അല്ലെങ്കിൽ പറങ്കിമാവ് എന്നൊക്കെയും വിളിക്കും.

ഹിന്ദി, ഗുജറാത്തി, മറാട്ടി, പഞ്ചാബി, കാശ്മീരി ഭാഷകളിൽ കാജു എന്നുതന്നെയാണ് കശുവണ്ടി അറിയപ്പെടുന്നത്. ഒറീസയിൽ കശുവണ്ടി എത്തിയത് ശ്രീലങ്കയിൽനിന്നും കടൽമാർഗ്ഗമാണ്. അതുകൊണ്ടാവണം ഒറിയയിൽ ഇത് 'ലങ്കാബീജം' എന്നറിയപ്പെടുന്നത്. ബംഗാളിൽ കശുവണ്ടിയെ 'ഹൈജി ബദാം' എന്നും ആസാമിയിൽ 'കാജു ബദാം' എന്നും വിളിക്കുന്നു.

കശുമാവ് നൂറ്റാണ്ടുകളായി തെക്കെ അമേരിക്കയിലും പൂർവ്വേഷ്യൻ രാജ്യങ്ങളിലും വളരുന്നുണ്ടായിരുന്നെങ്കിലും ഒരു കാർഷിക വിളയായി കണ്ടെത്തിയതും വികസിപ്പിച്ചെടുത്തതും ഭാരതീയരും, പ്രത്യേകിച്ച് കേരളീയരും ആണെന്നതിൽ നമുക്ക് തീർച്ചയായും അഭിമാനിക്കാം.

മണ്ണൊലിപ്പ് തടയുന്നതിനും വൻതോതിലുള്ള കാറ്റ് തടയുന്നതിനും

*ബ്രസീലിലെ പർണാമിറിയ എന്ന നഗരത്തിലെ
റെക്കോർഡ് വലിപ്പമുള്ള കശുമാവ്*

വേണ്ടിയാണ് കശുമാവ് ഇന്ത്യയുടെ തീരങ്ങളിൽ ആദ്യമായി നട്ടുപിടിപ്പിച്ചത്. ഒപ്പം കശുമാങ്ങയും കശുവണ്ടിയും ലഭിക്കുകയുണ്ടായി. ശേഷം ഒരു മുഖ്യനാണ്യവിളയുമായി മാറി. കശുമാവ് തായ്‌വേര് പടലമുള്ള ഒരു സസ്യമാണ്. അതിന്റെ മുഖ്യവേരിൽ നിന്ന് ശാഖകൾ എല്ലാ ദിശകളിലേക്കും വളരുന്നു. ഇതുവഴി വേരുകൾക്ക് മണ്ണിന്റെ കണികകളെ പരസ്പരം ബന്ധിപ്പിച്ച് നിർത്താൻ കഴിയുന്നു. മറ്റൊരു കാര്യം കശുമാവ് തീർക്കുന്ന പച്ചപ്പിന്റെ കുട മഴവെള്ളം നേരിട്ട് മണ്ണിൽ പതിക്കുന്നതിനെ തടയുന്നു. അതുവഴിയും മണ്ണൊലിപ്പിനുള്ള സാദ്ധ്യത കുറയുന്നു. ഇതിനും പുറമെ കശുമാവിന്റെ ഇലകൾ മണ്ണിന് തീർക്കുന്ന പുതപ്പ് മേൽമണ്ണ് ഇളകാതെ സംരക്ഷിക്കുന്നു. ഇത്തരം കരീലകൾ പൊടിഞ്ഞ് മണ്ണിനോട് ചേരുമ്പോൾ മണ്ണിന് ലഭ്യമാകുന്ന ജൈവകാർബൺ മൺതരികളെ തമ്മിൽ ചേർന്ന് നില്ക്കാൻ സഹായിക്കുന്നു. ഇതുവഴിയും മണ്ണൊലിപ്പ് കാര്യക്ഷമമായി തടയപ്പെടുന്നു.

കേരളത്തിന്റെ സാമൂഹിക-സാമ്പത്തിക രംഗങ്ങളിൽ ചരിത്രം സൃഷ്ടിച്ച മേഖലയാണ് കശുവണ്ടി വ്യവസായം. ലക്ഷോപലക്ഷം മലയാളികളുടെ പട്ടിണിയകറ്റുന്ന വ്യവസായ മേഖലയാണിത്. കശുമാവ് കൃഷിയും വ്യവസായവും കേരളീയമായി മാറിയിട്ട് ദശാബ്ദങ്ങളായി.

കശുവണ്ടിവ്യവസായം കേരളത്തിൽ

1920 കളുടെ ആദ്യനാളുകളിലാണ് കൊല്ലത്ത് കശുവണ്ടി വ്യവസായത്തിന്റെ തുടക്കം. കശുവണ്ടി വ്യവസായത്തിന് തുടക്കമിട്ടത് തൂത്തുക്കുടിയിൽ നിന്നുവന്ന് കൊല്ലത്ത് താമസമാക്കിയ റോച്ച് വിക്ടോറിയ ആണ്. അദ്ദേഹമാണ് കശുവണ്ടി റോസ്റ്റ് ചെയ്ത് തല്ലി പരിപ്പാക്കിയുള്ള വ്യാപാരത്തിന് തുടക്കമിട്ടത്. സംരംഭകൻ എന്ന നിലയിൽ റോച്ച് വിക്ടോറിയ തുടങ്ങിയ വ്യവസായത്തിന്റെ ലോക തലസ്ഥാനമായി കൊല്ലം ദേശം ഉയരുകയുണ്ടായി. ഈ രംഗത്ത് ഒരു കുതിച്ചുചാട്ടം സാദ്ധ്യമാക്കിയത് അമേരിക്കയിലെ 'ജനറൽ ഫുഡ്സ്' കമ്പനി

യുടെ പ്രതിനിധി W D ആൻഡേഴ്സന്റെ വരവോടുകൂടിയാണ്. ആൻഡേഴ്സന്റെ ഓഫീസ് ആശ്രാമത്ത് (കൊല്ലം ചിന്നക്കടയിൽ നിന്ന് ഒരു കിലോമീറ്റർ അകലെ) ആയിരുന്നു. ഇവിടെ ആയിരുന്നു കശുവണ്ടി ഫാക്ടറിയും പ്രവർത്തിച്ചിരുന്നത്. ഈ ഫാക്ടറിയുടെ ശേഷിപ്പുകൾ ചിത്രത്തിൽ കാണാം. വലിയ ചട്ടിയിൽ കശുവണ്ടി വറത്ത് തല്ലി കുടികളിൽ നിന്നും ശേഖരിക്കുകയും ഒപ്പം ഫാക്ടറിയിൽ സംസ്കരണം നടത്തുകയും ചെയ്തിരുന്നു. ആൻഡേഴ്സന്റെ അക്കൗണ്ടന്റും ക്ലർക്കുമായിരുന്ന ശ്രീ. പി വി സ്വാമിനാഥൻ കുടിവറപ്പിൽ നിന്ന് ശേഖരിച്ച കശുവണ്ടിപ്പരിപ്പ് വ്യാപാരം ചെയ്യുകയും ഈ രംഗത്ത് ഉയർന്നുവരികയും ചെയ്തു.

സ്വാമിനാഥന്റെ കശുവണ്ടി വ്യവസായം കൊല്ലത്ത് അതിവേഗം വളർന്നു. മണ്ണുകൊണ്ട് കെട്ടിയ ചൂളയിൽ തോട്ടണ്ടി വറത്തിരുന്ന സ്ഥാനത്ത് വറപ്പു ചൂളയും ഓട് മേഞ്ഞ ഷെഡ്ഡുകളും മുള്ളുവേലിയും തകരം കൊണ്ടുള്ള ഗേറ്റും ചേർന്ന് 'ഫാക്ടറി' രൂപം കൈവന്നു.

കുറച്ചുമാത്രം മൂലധനം, ആയിരക്കണക്കിന് ആളുകൾക്ക് ജോലി, വമ്പിച്ച ലാഭം; ഇതായിരുന്നു കശുവണ്ടി വ്യവസായത്തിന്റെ സവിശേഷതകൾ. ഒപ്പം മനുഷ്യാവകാശങ്ങളുടെ ലംഘനങ്ങൾക്കും തൊഴിലാളികൾ വിധേയമായതും ചരിത്രത്തിന്റെ ഭാഗമാണ്. ഒരു ഷെഡ്ഡും കുറച്ച് വറപ്പ് ചട്ടിയും ആയാൽ വ്യവസായം ആരംഭിക്കാമായിരുന്നു. വൈദ്യുത പവർ ഉപയോഗിക്കാതിരുന്നതുകൊണ്ട് ഫാക്ടറി ആക്ടിന്റെ പരിധിയിൽ വന്നില്ലായിരുന്നു. അതുകൊണ്ടുതന്നെ തൊഴിലാളികൾക്ക് അവകാശങ്ങൾ നിഷേധിച്ചിരുന്നു.

കൊല്ലത്തിന് ലഭ്യമായിരുന്ന റെയിൽവേ, തുറമുഖം, വിദഗ്ദ്ധ തൊഴിലാളികളുടെ ലഭ്യത, കുറഞ്ഞ കൂലി കൊടുത്ത് കൂടുതൽ ലാഭം നേടാനുള്ള സാഹചര്യം, കശുവണ്ടിയുടെ ലഭ്യത എന്നിവയാണ് കശുവണ്ടി വ്യവസായം കൊല്ലത്ത് പടർന്ന് പന്തലിച്ച് വളരാൻ സഹായിച്ച ഘടകങ്ങൾ.

പണിസാമഗ്രികൾ ഇവയായിരുന്നു: കശുവണ്ടി തല്ലുന്നവർക്ക് ഒരു കുട്ടയും ഒരു കൊട്ടുവടിയും പീലിങ്ങുകാർക്ക് ഓരോ മുറവും പത്തോളം പനവട്ടിയും, ഗ്രേഡിങ്ങുകാർക്ക് ഓരോ മുറവും പത്തോളം വട്ടിയും ചെറിയ കത്തിയുമായിരുന്നു പണിയായുധങ്ങൾ.

തങ്ങൾകുഞ്ഞു മുസലിയാർ കശുവണ്ടി വ്യവസായത്തിന്റെ അമരക്കാരനായി വളർന്നുകൊണ്ടിരുന്ന അക്കാലത്തെ പ്രമുഖ കശുവണ്ടി വ്യവസായികളായിരുന്നു ഇ സി ഗോവിന്ദനാശാൻ, കെ കൃഷ്ണപിള്ള നാരായണ സ്വാമി റെഡ്യാർ, പൊയിലക്കട പരമേശ്വരൻ പിള്ള, സുജീർ ഗണേഷ് നായിക്, കിടങ്ങിൽ കുഞ്ഞുരാമൻ, കിടങ്ങിൽ കേശവൻ, മുള്ളേത്ത് എം പി കേശവൻ, എം പി ഗോവിന്ദൻ, ഈച്ചൻ വീടൻ മൈതീൻകുഞ്ഞ്, പി ജി വർഗ്ഗീസ്, ഹിദായത്തുൽ അബ്ദുൽ റഹ്മാൻ, പനങ്ങോട് പി റ്റി ഉമ്മൻ, വാൾട്ടർ സായ്പ്പ്, പിയേഴ്സ് ലസ്ലി എന്നിവർ.

1930 ന് ശേഷമുള്ള മൂന്ന് ദശകങ്ങളിൽ ലോകത്ത് ഏറ്റവും അധികം ആളുകൾക്ക് നേരിട്ട് തൊഴിൽ നല്കുന്ന വ്യക്തിയെന്ന് *ഫോർച്ച്യൂൺ മാഗസിൻ* വെളിപ്പെടുത്തിയിട്ടുള്ള തങ്ങൾകുഞ്ഞ് മുസലിയാർ 26 ഫാക്ടറികളിലായി 25000 തൊഴിലാളികൾക്ക് ജോലി കൊടുത്തിരുന്നു. അക്കാലത്ത് ടിൻ ഫാക്ടറിയും പായ്ക്കിങ് കെയ്സും നിർമ്മിക്കുന്നതിനുള്ള ഫാക്ടറികളും, തടിമില്ലുകളും കൂടാതെ കശുമാവ് തോട്ടങ്ങളും ആരംഭിക്കുകയുണ്ടായി. ഗുണനിലവാരം ഉറപ്പ് വരുത്തിയും വ്യാപാരത്തിലെ വാക്ക് പാലിച്ചും 30 കളിൽ തുടങ്ങിയ കശുവണ്ടി സംസ്കരണ വ്യവസായത്തിൽ ഏതാനും വർഷങ്ങൾ കൊണ്ട് തങ്ങൾകുഞ്ഞു മുസലിയാർ "കശുവണ്ടിരാജാവ്" എന്ന വിശേഷണത്തിൽ എത്തിച്ചേർന്നു. ഒപ്പം പിൽക്കാലത്ത് വികസിച്ചു വന്ന വിവിധ കശുവണ്ടി വ്യവസായ ഗ്രൂപ്പുകൾക്ക് മികച്ച സംരംഭകന്റെ മാതൃകയായതും ജനാബ് തങ്ങൾകുഞ്ഞ് മുസലിയാരായിരുന്നു.

ഇന്നത്തെ വ്യവസായികളിൽ പ്രമുഖൻ ശ്രീ. കെ രവീന്ദ്രനാഥൻ നായർ (വിജയലക്ഷ്മി കാഷ്യു) ആണ്. കേരളം, തമിഴ്നാട്, ആന്ധ്ര, കർണ്ണാടക തുടങ്ങിയ സംസ്ഥാനങ്ങളിൽ അദ്ദേഹം കശുവണ്ടി ഫാക്ടറികൾ നടത്തി വരുന്നു. തോട്ടണ്ടി ഇറക്കുമതിയിലും കശുവണ്ടിപ്പരിപ്പ് കയറ്റുമതിയിലും അദ്ദേഹം ഇന്നും മുൻപന്തിയിലാണ്.

കശുവണ്ടി വ്യവസായത്തിലെ ശ്രദ്ധേയമായ സാന്നിദ്ധ്യമാണ് കെ പി പി ഗ്രൂപ്പ്, കെ ജി എൻ, മാർക്ക്, പോച്ചപ്പള്ളി, ഹസീന, കൈലാസ് കാഷ്യു, സൗത്ത് ഇൻഡ്യ കാഷ്യു എന്നീ സ്ഥാപനങ്ങൾ. കശുവണ്ടി വ്യവസായത്തിലെ മാതൃകാ സ്ഥാപനമായി കേരള സ്റ്റേറ്റ് കാഷ്യു ഡെവലപ്മെന്റ് കോർപ്പറേഷനും നിലകൊള്ളുന്നു. സഹകരണ മേഖലയിൽ പ്രവർത്തിക്കുന്ന സ്ഥാപനമാണ് കാപ്പെക്സ്. കശുവണ്ടി വ്യവസായികളുടെയും എക്സ്പോർട്ടർമാരുടെയും വിശദവിവരങ്ങൾ സി ഇ പി സിയുടെ ബുള്ളറ്റിനിൽനിന്ന് ലഭിക്കുന്നതാണ്.

ലോകകശുവണ്ടി വ്യവസായത്തിന്റെ ഈറ്റില്ലമായ കൊല്ലത്ത് ഈ രംഗത്തെക്കുറിച്ച് ഓർമ്മകൾ പങ്കിടാൻ കഴിയുന്ന കാരണവരായ സോമൻ മുതലാളി എന്നറിയപ്പെടുന്ന ശ്രീ. കെ. സോമസുന്ദരത്തെ നേരിൽ കണ്ട് ഈ വ്യവസായത്തിന്റെ വളർച്ചയുടെ പ്രാരംഭ ഘട്ടത്തെക്കുറിച്ച് വിവരങ്ങൾ ആരായുകയും അതിൽ പലതും ശേഖരിക്കുകയും ചെയ്തു. എൺപത്തിയഞ്ച് പിന്നിട്ടുവെങ്കിലും ഓർമ്മച്ചെപ്പിൽ നിന്ന് അനസ്യൂതം ഒരു ശതാബ്ദത്തിലെ വിവരങ്ങൾ നേരിട്ടറിഞ്ഞതും കേട്ടറിഞ്ഞതും തുറന്നുപറഞ്ഞു : കശുവണ്ടി രംഗത്തെ ആദ്യപേരുകാരൻ ഒരു സായ്പ്പാണ്. പേര് ആൻഡേഴ്സൺ. അദ്ദേഹത്തിന്റെ കണക്കപ്പിള്ളയായിരുന്ന പി വി സ്വാമിനാഥൻ ഒട്ടേറെ പ്രദേശങ്ങളിൽ നിന്ന് ചുട്ടുതല്ലിയ കശുവണ്ടി ശേഖരിച്ച് വില്പന നടത്തിയിരുന്നു. കൊച്ചി വഴി കുറച്ച് കശുവണ്ടിപ്പരിപ്പ് കയറ്റി അയച്ചിരുന്നു. കൊല്ലം പട്ടണത്തിൽ നിന്ന് തൊട്ടടുത്തായിരുന്നു സ്വാമിനാഥന്റെ താമസസ്ഥലവും പരിപ്പ്

ശേഖരണവും. തങ്ങൾകുഞ്ഞ് മുസലിയാർ ഇദ്ദേഹത്തിന് കശുവണ്ടിപ്പരിപ്പ് നല്കിയിരുന്നു. തങ്ങൾകുഞ്ഞ് മുസലിയാരുടെ സംസ്കരണ കേന്ദ്രം രണ്ടാംകുറ്റിയിൽ ആയിരുന്നു. തങ്ങൾകുഞ്ഞ് മുസലിയാരുടെ വറപ്പുകാരനായിരുന്ന വല്ലാടൻ എന്ന വ്യക്തിയാണ് കിടങ്ങിൽ കൃഷ്ണൻ മകൻ കേശവനെ ഈ രംഗത്തേക്ക് ശ്രദ്ധ തിരിപ്പിച്ചത്. ഈ കാലത്ത് മദ്രാസുകാരൻ നാരായണസ്വാമി കമ്പിളി വസ്ത്രങ്ങളും മറ്റും വ്യാപാരം നടത്തിയിരുന്നു. കൊച്ചുപിലാംമൂട് കേന്ദ്രീകരിച്ചായിരുന്നു വ്യാപാരം. കൊല്ലം പട്ടണത്തിൽ നിന്ന് ഒരു കിലോമീറ്റർ അകത്തായിരുന്നു ഈ സ്ഥലം. ഇദ്ദേഹവും കശുവണ്ടിപ്പരിപ്പ് ശേഖരിച്ച് കയറ്റുമതി ചെയ്യാൻ ആരംഭിച്ചു. കേശവൻ മുതലാളിയും ഇദ്ദേഹത്തിന് കശുവണ്ടിപ്പരിപ്പ് വിറ്റിരുന്നു. 1929 ൽ ആണ് കേശവൻ മുതലാളി ഈ രംഗത്ത് എത്തുന്നത്. ഇ സി ഗോവിന്ദൻ ആശാനും നാരായണറെഡ്ഡിയാരും കശുവണ്ടി വ്യാപാരത്തിൽ ഏർപ്പെട്ടിരുന്നു. അപ്പോഴാണ് അമേരിക്കയിലെ മിച്ചൽ ബെക്ക് കമ്പനിയുടെ മേൽവിലാസം കേശവൻ മുതലാളിക്ക് കിട്ടുന്നത്. അവർക്ക് കത്ത് എഴുതുകയും കയറ്റി അയയ്ക്കാനുള്ള ഓർഡർ ലഭിക്കുകയും ചെയ്തത് ഒരു വഴിത്തിരിവായി. കൊച്ചി തുറമുഖം വഴിയായിരുന്നു കയറ്റി അയച്ചിരുന്നത്.

അമേരിക്കയിൽ നിന്ന് ഫ്രാങ്കി ബെലനോർ ബോംബെയിൽ വിമാനമിറങ്ങി കൊല്ലം ടിബിയിൽ വന്ന് തമ്പടിച്ചു. ഉദ്ദേശ്യം കേശവന്റെയും മകൻ സോമസുന്ദരത്തിന്റെയും കശുവണ്ടി ഫാക്ടറി സന്ദർശനമായിരുന്നു. കൊല്ലം ടിബിയിൽ നിന്ന് മങ്ങാട് വരാൻ കാളവണ്ടിയിൽ കയറാൻ വിസമ്മതിച്ച സായിപ്പിനെ കിളിക്കൊല്ലൂരിലുള്ള ഷംസുദ്ദീന്റെ ടാക്സിയിലാണ് ഫാക്ടറിയിൽ എത്തിച്ചത്. അദ്ദേഹത്തിന്റെ വരവിന് മുമ്പ് തൊഴിലാളികളെ നല്ല വസ്ത്രം ധരിക്കാനും, കാവൽക്കാരനെ മീശ പിരിപ്പിച്ച് നിർത്താനും മറന്നില്ല. വൻ സ്വീകരണം ലഭിച്ച സായിപ്പ് ചായ കുടിക്കില്ലായിരുന്നു. പകരം കരിക്കിൻ വെള്ളം കൊടുത്തു. ആഹാരം ശരിയാകാതെ കഷ്ടപ്പെട്ട സായിപ്പിന് ശൗചാലയത്തിൽ ടൊയിലറ്റ് പേപ്പർ ലഭ്യമല്ലാതെ പത്രം കൊടുത്തു. എന്തൊക്കെ ആയാലും സായിപ്പ് 500 പെട്ടി കശുവണ്ടി 3 മാസത്തിനകം കയറ്റിയയക്കാൻ ഓർഡർ നല്കിയതിനെത്തുടർന്നുള്ള സംസ്കരണം വിസ്മയം സൃഷ്ടിച്ച കാശാണ് കയ്യിലെത്തിച്ചതെന്ന് സോമസുന്ദരം ആഹ്ലാദപൂർവ്വം ഓർമ്മിച്ചു. 75 കാലഘട്ടത്തിൽ റഷ്യൻ ഗവൺമെന്റ് നിയോഗിച്ച പ്രതിനിധികൾ നേരിട്ട് സോമസുന്ദരത്തിന്റെ ഫാക്ടറിയിൽ എത്തി റഷ്യക്കാർക്ക് ആവശ്യമുള്ള കശുവണ്ടിപ്പരിപ്പ് കയറ്റുമതിയ്ക്കുള്ള ഓർഡർ നല്കിയിരുന്നു.

കേശവൻ മുതലാളിയുടെ മകൻ സോമസുന്ദരത്തെ കൂടാതെ അദ്ദേഹത്തിന്റെ സഹോദരന്മാരും ഉറ്റബന്ധുക്കളും ഈ രംഗത്ത് വിജയം വരിച്ചവരാണ്. ഇതേ കാലഘട്ടത്തിൽ കിടങ്ങിൽ ഗ്രൂപ്പ് കൂടാതെ എം പി ഗോവിന്ദൻ, എം പി കേശവൻ, ഈച്ചൻ വീട് മൈദീൻ കുഞ്ഞ്, കെ പരമേശ്വരൻ പിള്ള, കെ പി പി ഗ്രൂപ്പിലെ ഗംഗാധരൻ പിള്ള, ഭരതൻ

പിള്ള, ലക്ഷ്മണൻ പിള്ള, ശത്രുഘ്നൻ പിള്ള സഹോദരങ്ങൾ– ഈ രംഗത്ത് വ്യക്തിമുദ്ര പതിപ്പിച്ചവരാണ്. വെണ്ടർ കൃഷ്ണപിള്ള, കെ ഗോപിനാഥൻ പിള്ള, കെ ബാബുപിള്ള, കെ രവീന്ദ്രനാഥൻ പിള്ള എന്നിവർ ദശാബ്ദങ്ങളായി ഈ രംഗത്തുണ്ട്.

ഇപ്പോൾ നൂറുകണക്കിന് കശുവണ്ടി വ്യവസായികളും കയറ്റുമതിക്കാരുമുണ്ട്. കേരളം, തമിഴ്നാട്, മഹാരാഷ്ട്ര, ഗോവ, ഒറീസ എന്നിവിടങ്ങളിൽ നിന്നുള്ളവരാണ് ഏറെയും. ഇവരെക്കുറിച്ചുള്ള ഒട്ടേറെ വിവരങ്ങൾ CEPC യുടെ ബുള്ളറ്റിനിൽ ലഭ്യമാണ്.

50 കളിൽ 99% കശുവണ്ടിപ്പരിപ്പും കയറ്റി അയച്ചത് ഇന്ത്യയിൽ നിന്നായിരുന്നു. ഒരു ശതമാനം മാത്രമായിരുന്നു മൊസാംബിക്കിൽ നിന്നും മറ്റ് ആഫ്രിക്കൻ രാജ്യങ്ങളിൽ നിന്നും കയറ്റി അയച്ചിരുന്നത്.

കഴിഞ്ഞ നൂറ്റാണ്ടിന്റെ ആദ്യ ദശകങ്ങളിൽ കൊല്ലം (Quilon) ഒരു മുഖ്യ വ്യാപാര കേന്ദ്രമായിരുന്നു. കൊല്ലത്ത് വ്യാപാരങ്ങൾ ഏറെ നടന്നിരുന്നു. വിരുതനഗറിൽ നിന്നും മധുരയിൽ നിന്നും പുകയിലയും വസ്ത്രങ്ങളും മറ്റു നിത്യോപയോഗസാധനങ്ങളും ദക്ഷിണ റയിൽവെ വഴി കൊല്ലത്ത് കൊണ്ടുവരികയും അവിടെ നിന്ന് ആലപ്പുഴ കോട്ടയം ജില്ലകളിലേക്ക് കൊണ്ടുപോകുകയും ചെയ്യുമായിരുന്നു. എടുത്തുപറയത്തക്ക വ്യവസായങ്ങൾ ഒന്നും തന്നെ കൊല്ലത്ത് ഇല്ലായിരുന്നു. ഫാക്ടറി എന്ന് പറയാവുന്നതായി 1930 കളിൽ ഉണ്ടായിരുന്നത് 1000 ത്തോളം ജോലിക്കാർ ഉണ്ടായിരുന്ന എഡി കോട്ടൺ മില്ലായിരുന്നു. കൊയിലോൺ എന്നറിയപ്പെട്ടിരുന്ന കൊല്ലത്ത് ഓട്ട് കമ്പനികൾ ചെറിയ തോതിൽ ഉണ്ടായിരുന്നു. അക്കാലത്ത് വെറും കുടിൽ വ്യവസായമായിരുന്നു കശുവണ്ടി വ്യവസായം.

കൊല്ലം പട്ടണത്തിലെ മുഖ്യകെട്ടിടസമുച്ചയമായ മുസലിയാർ ബിൽഡിങ്സ് തങ്ങൾകുഞ്ഞ് മുസലിയാർ ഗ്രൂപ്പിന്റേതാണ്. കൊല്ലം പബ്ലിക് ലൈബ്രറി ആരംഭിച്ചതും ഒരു കശുവണ്ടി വ്യവസായിയായ ശ്രീ രവീന്ദ്രനാഥനാണ്.

കശുവണ്ടി വ്യവസായത്തിന്റെ ആദ്യകാലത്ത് നരകയാതന അനുഭവിച്ച പതിനായിരക്കണക്കിന് തൊഴിലാളികളെ സംഘടിപ്പിച്ച് അവകാശ സമരങ്ങൾ നയിച്ച് അവരുടെ ജീവിതനിലവാരം ഉയർത്തിയത് എം എൻ ഗോവിന്ദൻ നായരായിരുന്നു. അവിടെ നിന്ന് പൊതുരാഷ്ട്രീയത്തിന്റെ മുഖ്യധാരയിൽ എത്തി പാവങ്ങൾക്ക് തലചായ്ക്കാൻ ലക്ഷം വീട് പദ്ധതി നടപ്പിലാക്കിയതും അദ്ദേഹത്തിന്റെ മാനവികതയെ വെളിവാക്കുന്നതാണ്. കശുവണ്ടി തൊഴിലാളി ചരിത്രത്തിന്റെ ഏടുകളിൽ ചിരപ്രതിഷ്ഠ നേടിയ നേതാവാണ് ആർ എസ് പി യുടെ ശ്രീ. എൻ ശ്രീകണ്ഠൻ നായർ. കശുവണ്ടി തൊഴിലാളികൾക്കുവേണ്ടി കോടതിയിൽ വാദിച്ച് അവാർഡ് നേടിയിട്ടുണ്ട്. ശ്രീ. ടി കെ ദിവാകരൻ എം എൽ എ യും മന്ത്രിയുമായപ്പോൾ ഒട്ടേറെ പുരോഗമനപരിപാടികൾ അദ്ദേഹം നടത്തിയിട്ടുണ്ട്. അഭിഭാഷകനായിരുന്ന ശ്രീ. സി എം സ്റ്റീഫൻ ശ്രീ. തങ്ങൾ

മുസലിയാരുടെ ഇരുപത്തിയാറ് ഫാക്ടറികളിൽ സ്റ്റാഫ് അസോസിയേഷൻ രൂപീകരിച്ചു. തുടർന്ന് INTUC ഐ എൻ ടിയു സി യുടെ ശക്തനായ നേതാവ് ആയിത്തീരുകയും കേന്ദ്രമന്ത്രി, ലോകസഭയിലെ പ്രതിപക്ഷനേതാവ് എന്നീ നിലകളിൽ പ്രവർത്തിച്ചിട്ടുണ്ട്. കശുവണ്ടി തൊഴിലാളികളുടെ അവകാശ സമരങ്ങൾക്ക് ചുക്കാൻ പിടിച്ച ശ്രദ്ധേയനായ നേതാവായിരുന്നു ശ്രീ.ജെ ചിത്തരഞ്ജൻ. കശുവണ്ടി രംഗത്ത് പ്രവർത്തിച്ച് ഉന്നത തലത്തിൽ എത്തി സേവനം ചെയ്തവരിൽ ശ്രദ്ധേയരാണ് സർവ്വശ്രീ ആർ എസ് ഉണ്ണി, എൻ പത്മലോചനൻ, കെ സി മോഹനൻ, കെ പി നാണു, കെ ആർ നാണു, ടി എം മജീദ്, ടി പശുപാലൻ, ഫസലുദ്ദീൻ ഹക്ക്, വി കെ ഹസൻകുട്ടി, എം ശ്രീധരൻപിള്ള, പി ഭാസ്കരൻ, സി എം മൈതീൻകുഞ്ഞ്, എ എ അസീസ്, എൻ അഴകേശൻ, കെ തുളസീധരൻ എന്നിവർ *കശുവണ്ടി തൊഴിലാളികളുടെ സമരചരിത്രം* എന്ന ഗ്രന്ഥത്തിൽ (2000 ൽ പ്രസിദ്ധീകരിച്ചത്) ടി എം മജീദ്, അദ്ദേഹത്തിന്റെ അരനൂറ്റാണ്ടിലേറെയായി നേടിയ ഈ രംഗത്തെ നേരിട്ടുള്ള അനുഭവം, കശുവണ്ടി വ്യവസായത്തിന്റെ വായിക്കപ്പെടേണ്ട ചരിത്രാംശങ്ങൾ കോറിയിട്ടിട്ടുണ്ട്. ഇതേ തലക്കെട്ടിൽ 2004 ൽ ശ്രീ. കെ പി കേശവൻ നായർ പ്രസിദ്ധീകരിച്ച കൃതിയിൽ ഈ വ്യവസായത്തിന്റെ വളർച്ചയും വികാസവും തൊഴിൽ സമരങ്ങളും പ്രതിപാദിച്ചിട്ടുണ്ട്.

4

കശുവണ്ടി സംസ്കരണം

കശുവണ്ടി സംസ്കരണത്തിന്റെ ചിട്ടയായ രീതികൾ എന്തൊക്കെയെന്ന് നോക്കാം.

കശുവണ്ടി സംസ്കരണത്തിന്റെ വിവിധ ഘട്ടങ്ങൾ

1. ശേഖരണം
2. തയ്യാറാക്കൽ
3. വറക്കൽ (Roasting)
   (a) ഡ്രം റോസ്റ്റിങ്
   (b) ഓയിൽ ബാത്ത് റോസ്റ്റിങ്
   (c) ആവിയിൽ പുഴുങ്ങൽ (Steam roasting)
4. തോടുകളയൽ (Shelling)
5. ഉണക്കൽ (Drying)
6. തൊലി നീക്കൽ (Peeling)
7. തരം തിരിക്കൽ (Grading)
8. പായ്ക്ക് ചെയ്യൽ
9. കയറ്റുമതി, വിതരണം

കശുവണ്ടി സംസ്ക്കരണത്തിന്റെ വിവിധ ഘട്ടങ്ങൾ ചിത്രത്തിൽ കൊടുത്തിരിക്കുന്നു.

പാകമായ തോട്ടണ്ടി ശേഖരിക്കുകയാണ് ആദ്യപടി. നാടൻ കശുവണ്ടി വലിപ്പത്തിലും രുചിയിലും പ്രാദേശികമായി വ്യത്യാസം ഉണ്ടാകും. ഇറക്കുമതി ചെയ്യുന്ന കശുവണ്ടിയിൽ മേൽപ്പറഞ്ഞ വ്യത്യാസങ്ങൾ ഗണ്യമാണ്. എന്നിരുന്നാലും രാജ്യത്തിന് ആവശ്യമായ തോട്ടണ്ടി ഇവിടെ ലഭ്യമല്ല. ഇറക്കുമതിയെ ആശ്രയിക്കാതെ നിവൃത്തിയില്ല. 2012–13 ൽ

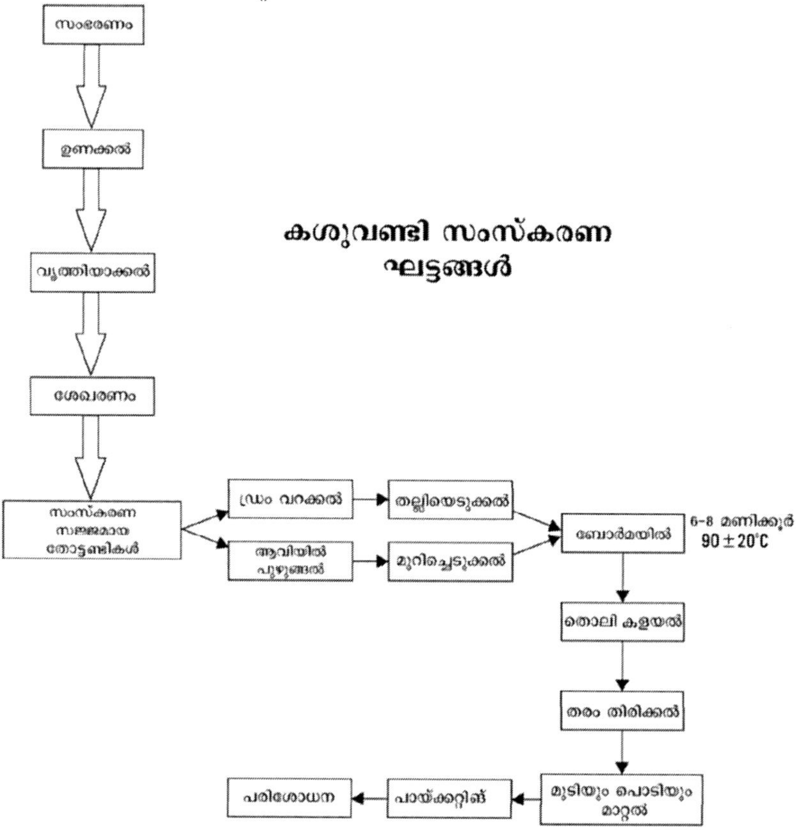

രാജ്യത്ത് വിളയിച്ചത് ഏഴേകാൽ ലക്ഷം ടൺ തോട്ടണ്ടി; ഇറക്കുമതി ചെയ്തത് 9 ലക്ഷവും. കശുവണ്ടി ശേഖരണത്തിൽ നല്ല മത്സരം ഈ അടുത്ത കാലത്തായി കണ്ടുവരുന്നു. ഗുണനിലവാരമുള്ള ഇനം ഇറക്കുമതി ചെയ്യുന്നതിൽ വ്യവസായികളും കാഷ്യു കോർപ്പറേഷനും ശ്രദ്ധിക്കാറുണ്ട്. ഫാക്ടറികളിൽ എത്തിച്ചേർന്ന കശുവണ്ടി മൂന്നു നാല് ദിവസം വെയിലത്തിട്ട് ഉണക്കുന്നു. ഇതാണ് ഉണക്കൽ (drying) എന്ന ഘട്ടം. 80 കിലോ വരുന്ന അളവിൽ ചാക്കിലാക്കി ശേഖരിച്ചു വയ്ക്കുന്നു. ഗോഡൗണിൽ നിന്ന് കുറേശ്ശെ തോട്ടണ്ടി എടുത്തു സംസ്കരിക്കുന്നു.

കശുവണ്ടിപ്പരിപ്പ് തോട്ടണ്ടിയിൽ നിന്ന് വേർതിരിച്ചെടുക്കാൻ വിവിധ മാർഗ്ഗങ്ങൾ അവലംബിച്ചുവരുന്നു.

1 വറക്കൽ

ഡ്രം വറക്കൽ

തോട്ടണ്ടി തീയിൽ ചുട്ടെടുക്കുകയാണ് ചെയ്യുന്നത്. ആദ്യകാലങ്ങ

ളിൽ നാലടിയോളം വീതിവരുന്ന ചട്ടിയിലായിരുന്നു വറത്തത്. നല്ലതു പോലെ ചൂടായശേഷം അല്പനേരം കത്തിച്ചശേഷമാണ് വാങ്ങി വയ്ക്കുക. ചുട്ട തോട്ടണ്ടിയിൽനിന്ന് തല്ലിയെടുത്ത പരിപ്പിന് കറചുവയും കഴിക്കുമ്പോൾ തൊണ്ട കാറലും ഉണ്ടാകുകയില്ല. ചില രാജ്യക്കാർ ഡ്രം റോസ്റ്റ് പരിപ്പ് [illegible] ആവശ്യപ്പെടാറുണ്ട്. പിൽക്കാലത്ത് ചട്ടിയിൽ നിന്ന് ചൂളയിലേക്ക് വഴിമാറി. എന്നിരുന്നാലും 'കുടിവറപ്പ്' എന്നറിയപ്പെടുന്ന ഈ രീതിയിൽ കുടിൽ വ്യവസായമായും തുടരുന്നു. കൂടുതൽ അളവ് സംസ്ക്കരിക്കേണ്ടി വരുമ്പോൾ ചൂളയാണ് പ്രായോഗികം. ഡ്രമ്മിൽ ചുട്ട തോട്ടണ്ടി അന്നു തന്നെ തല്ലി എടുക്കുന്നു. താമസിച്ചാൽ പൊടിഞ്ഞു പോകും.

ആദ്യം ഡ്രം റോസ്റ്റിങ് എന്ന പരമ്പരാഗത രീതി എന്താണെന്ന് നോക്കാം. ഇതിൽ ആദ്യം തോട്ടണ്ടി ചുട്ടെടുക്കുന്നതാണ്. ഇതിന് ഉപയോഗിക്കുന്നത് ഒരു ചൂളയാണ്. കശുവണ്ടിത്തോട് കത്തിച്ച് തീജ്വാലയുണ്ടാക്കുന്നു. ഈ തീജ്വാലയിൽ ഒരു വലിയ ഇരുമ്പു വീപ്പ കറക്കാൻ കഴിയുന്ന വിധം ക്രമീകരിച്ചിട്ടുണ്ട്. ഈ വീപ്പയ്ക്ക് ചുറ്റും തീയാണ്. ഈ വീപ്പയിലേക്ക് ഒരു കുഴൽ വഴി മുകളിൽ നിന്ന് തോട്ടണ്ടി ഇറക്കി വിടുന്നു. ചുട്ടുപഴുത്ത ഇരുമ്പുവീപ്പയ്ക്കുള്ളിൽ തോട്ടണ്ടി ചൂടുപിടിച്ച് കത്തുന്നു. ഈ വീപ്പ കറക്കിക്കൊണ്ടിരിക്കും. തോട്ടണ്ടി കത്തി ചൂട് പരുവമാകുമ്പോൾ വീപ്പയുടെ ഒരറ്റത്തുനിന്ന് പുറത്തേക്ക് തള്ളപ്പെടുന്ന ചുട്ട തോട്ടണ്ടിയിലേക്ക് വെള്ളം വീഴ്ത്തുന്നു. തീ കെട്ട ശേഷം ഇതിനെ രണ്ടാം ഘട്ടത്തിലേക്ക് കൊണ്ടുപോകുന്നു. മേൽപ്പറഞ്ഞവിധം ഇരുമ്പു ഡ്രമ്മിലിട്ട് ചൂടാക്കി കത്തിച്ച് തോട്ടണ്ടി ചുട്ടെടുക്കുന്ന രീതിയെ ഡ്രം റോസ്റ്റിങ് എന്നാണ് പറയുക. ഈ ചൂള പ്രവർത്തിപ്പിക്കുന്നവർ നല്ല അനുഭവ സമ്പത്തുള്ളവരായിരിക്കണം. കശുവണ്ടി വീപ്പയിലേക്ക് നീക്കുന്ന അളവ്, ഇടവേള, എത്രനേരം ചൂടാക്കുകയും കത്തിക്കുകയും വേണമെന്ന് തീരുമാനിക്കുക, വീപ്പ ആവശ്യം വേണ്ടുന്ന വേഗത്തിൽ കറക്കുക ഇതൊക്കെ വിദഗ്ദ്ധമായി തീരുമാനിക്കേണ്ടതാണ്. ഈ ഘട്ടത്തിലെ പരുവക്കേട് തുടർന്നുള്ള പ്രക്രിയകൾക്കുശേഷം മുഴുവൻ പരിപ്പ് കിട്ടാനുള്ള സാദ്ധ്യത കുറയും. അതുകൊണ്ടുതന്നെ ഈ ഘട്ടം മുന്തിയ പ്രാധാന്യത്തോടെ നിർവ്വഹിക്കുന്നു. ചുട്ട തോട്ടണ്ടി കണ്ട് അതിന്റെ പരുവം തീരുമാനിക്കാൻ ഇതിൽ പ്രവർത്തിക്കുന്നവർക്ക് കൃത്യതയോടെ കഴിയാറുണ്ട്. ചട്ടിയിൽ വറക്കുന്ന രീതി ഏതാണ്ട് 100 വർഷത്തോളം പഴക്കമുള്ള സമ്പ്രദായമാണ്. തമിഴ്നാട്ടിൽ ചില സ്ഥലങ്ങളിൽ പാറപ്പുറത്തിട്ട് നല്ല വെയിലിൽ കശുവണ്ടി ഉണക്കി നേരെ തല്ലിയെടുക്കാറുണ്ട്.

തോട്ടണ്ടി ചെറിയ യന്ത്രം ഉപയോഗിച്ച് മുറിച്ചെടുക്കാവുന്നതാണ്. ഇതിനുള്ള വറക്കൽ പരുവവും തല്ലിയെടുക്കുന്നതിൽനിന്ന് വ്യത്യാസമുണ്ട്.

ഓയിൽ ബാത്ത് റോസ്റ്റിങ്

200 ഡിഗ്രിയോളം ചൂടുള്ള അണ്ടിക്കറയിലൂടെ തോട്ടണ്ടി കടത്തിവിട്ട് തോട് വേർപെടുത്താൻ ചെയ്യുന്ന മാർഗ്ഗമാണിത്. കശുവണ്ടി തോടിൽനിന്ന് ലഭിക്കുന്ന എണ്ണ (CNSL: Cashew Nut Shell Liquid) തന്നെയാണ് ഇതിനായി ഉപയോഗിക്കുന്നത്. ഏകദേശം 350 ഡിഗ്രിയോളം ചൂടാക്കിയ അണ്ടിക്കറയിലൂടെ തോട്ടണ്ടി കടത്തിവിട്ടാണ് റോസ്റ്റ് ചെയ്യുന്നത്. ആദ്യകാലങ്ങളിൽ എ റ്റി കെ എം ഫാക്ടറിയിൽ ഇത് ഉപയോഗിച്ചിരുന്നു.

നമ്മുടെ നാട്ടിൽ ഈ രീതി പ്രചാരത്തിലില്ല. ബ്രസീലിലും മറ്റ് ചില രാജ്യങ്ങളിലും ഇത് പ്രയോഗിച്ചു വരുന്നു. ഈ പ്രക്രിയയിൽ അണ്ടിക്കറ വേഗം പരിപ്പിലേക്ക് കടന്നുചെല്ലാൻ സാദ്ധ്യതയുള്ളതുകൊണ്ട് ഇതൊരു മികച്ച രീതിയായി കണക്കാക്കാറില്ല. പലപ്പോഴും അല്പം രുചികേട് വരാറുണ്ട്. ഇതൊരു യന്ത്രവൽകൃത രീതിയായതുകൊണ്ട് സ്വീകാര്യത കൂടുതലുണ്ടെന്ന് മാത്രം.

ആവിയിൽ പുഴുങ്ങൽ (Steam roasting)

ഒരു ബോയ്ലറിൽനിന്നുവരുന്ന 100 ഡിഗ്രി ഊഷ്മാവുള്ള നീരാവിയിൽ കശുവണ്ടി ഒരു കുക്കറിൽ പുഴുങ്ങി എടുക്കുന്നു. ഏകദേശം 320 കിലോഗ്രാം കശുവണ്ടി (നാല് ചാക്ക്) ഒരു സമയം വേവിച്ച് എടുക്കാവുന്നതാണ്. സാധാരണയായി അരമണിക്കൂർ സമയം കൊണ്ട് പുഴുങ്ങിയെടുക്കാവുന്നതാണ്. പുഴുങ്ങിയ കശുവണ്ടി ഒരു ദിവസം കഴിഞ്ഞുമാത്രമേ മുറിച്ച് പരിപ്പ് എടുക്കുകയുള്ളു. സ്റ്റീം ബോയ്ലറും പുഴുങ്ങുന്നതിനുള്ള കുക്കറും ചിത്രത്തിൽ കാണിച്ചിരിക്കുന്നു. പുഴുങ്ങിയ കശുവണ്ടിയും ചിത്രത്തിൽ കാണിച്ചിട്ടുണ്ട്. നാട്ടിൽ ഒട്ടുമിക്ക ഫാക്ടറികളിലും ഈ രീതിയാണ് അവലംബിച്ചുവരുന്നത്. പരുവം കൃത്യമാണെങ്കിൽ കശുവണ്ടി വാരിയിടുമ്പോൾ ഒരു 'കിലുകിലാ ശബ്ദം' കേൾക്കും. കേരളം കൂടാതെ, മംഗലാപുരം, ഗോവ തുടങ്ങിയ സ്ഥലങ്ങളിലും ഈ രീതി പിന്തുടരുന്നു. ഈ രീതി പ്രചാരത്തിൽ വന്നിട്ട് ഏകദേശം 10 വർഷമേ ആയിട്ടുള്ളു.

2 തോട്ടണ്ടി തല്ലൽ (Shelling)

ചുട്ട തോട്ടണ്ടിയുടെ അല്ലെങ്കിൽ പുഴുങ്ങിയ തോട്ടണ്ടിയുടെ തോട് കളയുന്നതാണ് അടുത്ത ഘട്ടം. തല്ലി തോടുമാറ്റുന്ന രീതി പരമ്പരാഗതമാണ്. ചുട്ട തോട്ടണ്ടി തല്ലി 'മുഴുവൻപരിപ്പ്' വേർതിരിച്ചെടുക്കുന്നതിന് മികച്ച കരവിരുത് വേണം. തോടിൽനിന്നും പരിപ്പ് വേർതിരിച്ച് ശേഖരിക്കുന്നു. സമർത്ഥമായ കരവിരുത് ആവശ്യപ്പെടുന്നതാണ് ചുട്ട തോട്ടണ്ടി തല്ലി അതിലെ പരിപ്പ് പൊട്ടലും പതുങ്ങലുമില്ലാതെ കൃത്യമായ ആകൃതിയിൽ വേർതിരിച്ചെടുക്കുക എന്നത്. തറയിൽ ഉറപ്പിച്ച സിമന്റ്

കല്ലിനുമുകളിൽ മറ്റൊരു ചെറിയ കല്ലോ ചുടുകട്ടയോ ഉറപ്പിക്കുന്നു. തറയിൽ ഇരുന്നാണ് കശുവണ്ടി തല്ലുക. കല്ലിനുമുകളിൽ ചുട്ട തോട്ടണ്ടി വച്ചശേഷം തെങ്ങിൻത്തടിയിൽ തയ്യാറാക്കിയ ചെറിയ കൊട്ടുവടി കൊണ്ടാണ് തല്ലുക. മൂന്നോ നാലോ തല്ലിന് ശേഷം തോട്ടണ്ടിയിൽ നിന്ന് പരിപ്പ് വേർതിരിച്ച് എടുക്കുന്നു. തല്ലിയിടുന്നതിൽ മുഴുവൻ പരിപ്പ്, പിളർപ്പ്, കേട്, തിരുവാൽ (ചൊക്കി) എന്നിവ ഉൾപ്പെടും. മുഴുവനായും കിട്ടുന്നത് ഒരു പാത്രത്തിൽ ഇടുന്നു. പിളർന്ന് പോകുന്നത് ഒരു പാത്രത്തിലും കേടുവന്നതും മറ്റും വേറൊരു പാത്രത്തിലും ഇടുന്നു. ഒരു ചാക്കിൽ ഏകദേശം 80 കിലോഗ്രാം തോട്ടണ്ടിയുണ്ടാകും. ഗുണമേന്മയുള്ള തോട്ടണ്ടിയാണെങ്കിൽ ഏകദേശം 24 കിലോഗ്രാം കശുവണ്ടിപ്പരിപ്പ് ലഭിക്കും. ഏകദേശം 21 കിലോഗ്രാം വരെ മുഴുവൻ പരിപ്പ് കിട്ടാറുണ്ട്. മുഴുവനായി കിട്ടുന്ന കശുവണ്ടിപ്പരിപ്പിന്റെ തൂക്കമനുസരിച്ചാണ് കൂലി കിട്ടുക. പത്ത് കിലോ വരെ തല്ലി എടുക്കാൻ കഴിയുന്നവരുണ്ട്. ഈ ജോലിയിൽ കൊല്ലത്തുകാരെ വെല്ലാൻ കഴിയുന്നവർ നന്നേ ചുരുക്കമാണ്.

പുഴുങ്ങിയ കശുവണ്ടി തല്ലി തോടുമാറ്റാൻ കഴിയില്ല. ഇതിനായി ഒരു ചെറിയ യന്ത്രമാണ് ഉപയോഗിക്കുന്നത്. യന്ത്രത്തിൽ വച്ച് പുഴുങ്ങിയ കശുവണ്ടിയെ ഒരു ബ്ലെയ്ഡ് വന്ന് മുറിച്ച് വിടർത്തി വേർപെടുത്തുകയാണ് ചെയ്യുന്നത്. ഇതിനെ 'കാഷ്യു കട്ടർ' എന്നു പറയുന്നു. ഒരു കൈകൊണ്ട് ഹാൻഡിൽ അമർത്തുകയും മറ്റെ കൈകൊണ്ട് ചുട്ട തോട്ടണ്ടി ബ്ലേഡിനുള്ളിൽ വയ്ക്കുകയും ചെയ്യുന്നു. ഇത് കാലുകൊണ്ട് ചവിട്ടി പ്രവർത്തിപ്പിക്കാവുന്നതാണ്. ചിത്രത്തിൽ യന്ത്രവും ഉപയോഗിക്കുന്ന വിധവും കാണിച്ചിരിക്കുന്നു. കശുവണ്ടിയുടെ ഒരു വശം ചേർത്ത് വച്ച് മറുവശം ഒരു ബ്ലെയ്ഡ് വന്ന് മുറിച്ച്, തോട് അല്പം ഉയർത്തി വേർപെടുത്തുന്നു എന്നതാണ് പ്രത്യേകത.

ചുട്ട കശുവണ്ടിയിൽ നിന്ന് പരിപ്പ് (kernel) എടുക്കുന്നതിനും കാഷ്യു കട്ടർ ഉപയോഗിക്കും. തോട്ടണ്ടി ചുട്ടെടുക്കുന്ന പരുവം യന്ത്രത്തിൽ മുറിച്ചെടുക്കുന്നതിനാണെങ്കിൽ വ്യത്യാസമുണ്ട്. ചൂളയിൽ പ്രവർത്തിക്കുന്നവർക്ക് ഈ പരുവം കൃത്യമായി തിരിച്ചറിയാൻ കഴിയും. തല്ലുന്നതിനും യന്ത്രത്തിൽ മുറിക്കുന്നതിനും വേണ്ടുന്ന പരുവങ്ങൾ കൃത്യമായി നിർണ്ണയിക്കാൻ കഴിയുന്നു. ഈ യന്ത്രം നമ്മുടെ നാട്ടിൽ വന്നിട്ട് ഏകദേശം 10 വർഷമേ ആയിട്ടുള്ളൂ. മംഗലാപുരം ഭാഗങ്ങളിൽ ഈ യന്ത്രം വളരെ നേരത്തേ തന്നെ പ്രയോഗത്തിലുണ്ട്. ഒരുപക്ഷേ കരവിരുതോടെ ചുട്ട തോട്ടണ്ടി പിരുത്ത് പോകാതെ തല്ലിയെടുക്കാൻ കഴിയാത്തതുകൊണ്ടാകാം തല്ലുന്നതിന് പകരം ബ്ലേഡിനുള്ളിൽ വച്ച് മുറിച്ച് തോട് കളഞ്ഞ് പരിപ്പ് എടുക്കുന്നത്. യന്ത്രത്തിലും നല്ല വേഗത്തിൽ പരിപ്പ് മാറ്റിയെടുക്കാവുന്നതാണ്.

3. ബോർമ (Oven processing)

തല്ലിയെടുത്ത കശുവണ്ടി ചൂടാക്കി ഉണക്കിയെടുക്കുന്നു. ഇതിന് ബോർമ്മ ഉപയോഗിക്കുന്നു. കശുമാവിന് പറങ്കിമാവ് എന്നും വിളിക്കാറുണ്ട്. ഇതിന്റെ ചരിത്രപശ്ചാത്തലം ശ്രദ്ധേയമാണ്. പോർച്ചുഗീസുകാരെ നാം പറങ്കികൾ എന്നു വിളിക്കുന്നു. പോർച്ചുഗീസ് ഭാഷയിൽ ബോർമ എന്നാൽ ഗോതമ്പ് റൊട്ടി ഉണ്ടാക്കുന്ന അടുപ്പ് അഥവാ അപ്പക്കാരന്റെ അടുപ്പ് എന്നാണ് അർത്ഥം. സാധാരണ രീതിയിൽ ബോർമ ചൂടാക്കുന്നത് കശുവണ്ടി തോട് കത്തിച്ചാണ്. ഇതിലെ ചൂടുവാതകം ബോർമയിലേക്ക് കടത്തിവിടുന്നു. ഇതിന്റെ ഊഷ്മാവ് നിയന്ത്രിക്കാവുന്നതാണ്. വൈദ്യുത രീതിയിലാണ് നിയന്ത്രണം. ബോർമയിൽ പരന്ന ട്രേയിൽ (tray) കശുവണ്ടിപ്പരിപ്പ് നിരത്തിവയ്ക്കുന്നു. ഏകദേശം 93 ഡിഗ്രി ഊഷ്മാവിൽ 5 മുതൽ 6 മണിക്കൂർ വരെ ചൂടാക്കുന്നു. ബോർമയിൽ നിന്ന് എടുത്ത പരിപ്പിന് പുറത്ത് പിങ്കു വർണ്ണത്തിൽ നേർത്ത തൊലിയുണ്ടായിരിക്കും. ഈ പരുവത്തിലെ കശുവണ്ടിയെ ബോർമ പരിപ്പ് എന്നാണ് വിളിക്കുക. ഇത് തോല് കളഞ്ഞ് കഴിക്കാൻ കൗതുകവും രുചികരവുമാണ്. 'കാഷ്യൂ ഡ്രൈയർ' എന്നും ഈ യന്ത്രത്തെ വിളിക്കാറുണ്ട്. കശുവണ്ടിയെക്കുറിച്ച് അറിയുന്നവർ ബോർമ പരിപ്പാണ് വാങ്ങുക.

4 തൊലികളയൽ (Peeling)

നാലാം ഘട്ടത്തിൽ പരിപ്പിന് പുറത്തുള്ള പിങ്കുവർണ്ണത്തിലുള്ള നേർത്ത തൊലി കളയുക എന്നതാണ്. ഇത് വിരൽ കൊണ്ട് എളുപ്പം നീക്കി കളയാവുന്നതാണ്. തൊലി നീക്കം ചെയ്യുന്ന ഈ ഘട്ടത്തെ പീലിങ് (Peeling) എന്നാണ് പറയുക. തൊലി വേഗം നീക്കം ചെയ്യുന്നതിന് പരിപ്പ് ബോർമയിൽ ചൂടാക്കുന്നു. പരിപ്പ് ട്രേകളിൽ നിരത്തി, കുറെ ട്രേകൾ ഒരു ട്രോളി പോലെയുള്ള ക്രമീകരണത്തിൽ പല തട്ടുകളായി വയ്ക്കുന്നു. ഇതിനെ 90 മുതൽ 110 ഡിഗ്രിവരെ ചൂട് കാറ്റ് കിട്ടുന്ന ബോർമയിൽ 8 മണിക്കൂറോളം ചൂടാക്കുന്നു. ബോർമയിൽ എല്ലായിടത്തും ഒരുപോലെയല്ല ചൂട്. കൂടിയ ചൂടുള്ള ഭാഗത്തുനിന്ന് ട്രേകൾ ചൂട് കുറവുള്ള ഭാഗത്തേക്ക് മാറ്റി വയ്ക്കും. ബോർമയിൽനിന്ന് മാറ്റിയശേഷം ചൂടാറിക്കഴിയുമ്പോൾ ഹ്യുമിഡിഫയർ ഉപയോഗിച്ച് ജലബാഷ്പം സ്പ്രേ ചെയ്യുന്നു. പതിനഞ്ച് മിനിട്ടിനുശേഷം ഫാനിന്റെ കാറ്റിൽ ഈർപ്പം നീക്കിയശേഷമാണ് പീലിങ് സെക്ഷനിലേക്ക് കൊണ്ടുപോകുന്നത്. ബോർമയിൽ വച്ചുള്ള മൊരിക്കലും ശേഷമുള്ള ഈർപ്പ പ്രയോഗവും കഴിയുമ്പോൾ പരിപ്പിൽനിന്ന് തൊലി പെട്ടെന്ന് അടർന്ന് മാറുന്ന പരുവത്തിലാകും.

ഓരോ പരിപ്പ് കൈയിലെടുത്ത് ഞൊടിയിടയിൽ തൊലി വേർപെടുത്തിയെടുക്കുന്നു. കശുവണ്ടിയുടെ വളഞ്ഞ് അകത്തോട്ടിരിക്കുന്ന ഭാഗത്താണ് ആദ്യം തൊലി ഇളക്കി കളയുന്നത്. ശേഷം ബാക്കി ഭാഗത്തെ

തോൽ കളയുന്നു. ഇതിൽനിന്നും കിട്ടുന്ന പൂർണ്ണമായ പരിപ്പ് ശേഖരിക്കുന്നു. മുഴുവൻ പരിപ്പും വെളുത്തതും അല്പം മൊരിഞ്ഞതും (scorched) വേറെ വേറെ തിരഞ്ഞുവയ്ക്കുന്നു. ഇതിൽ കറ നിറമുള്ളതും പുഴുക്കുത്തുള്ളതും പിരിവാലും ഉണ്ടാകാം. ഇതൊക്കെ പീലിങ് സമയത്ത് വേർതിരിക്കുന്നു. ഏറ്റവും കൂടുതൽ വെളുത്തതും മൊരിഞ്ഞതുമായ 'മുഴുവൻ പരിപ്പുകൾ' ലഭിക്കുകയാണ് ലക്ഷ്യം.

തോൽ കളഞ്ഞ് കിട്ടുന്ന പരിപ്പ് ഏകദേശം ഒരു ഡസനിലധികം വിഭാഗമായി തരം തിരിക്കാവുന്നതാണ്.

(i) വെള്ളപ്പരിപ്പ് മുഴുവൻ (WW-White Wholes): ഇത് വെളുത്തും മുഴുവനുമായിരിക്കും.
(ii) കരുമുഴുവൻ (SW-Scorched Wholes): പരിപ്പ് മുഴുവനായും ഉണ്ടാകും. പുറത്ത് ലേശം മൊരിവ് (scorch) ഉണ്ടായിരിക്കും.
(iii) കറനിറം (KN-Kara Niram) : ഇത് മുഴുവൻ പരിപ്പ് തന്നെയാണ്. എങ്കിലും അല്പം നിറം മങ്ങൽ ഉണ്ടാകും.
(iv) പുഴുക്കുത്ത് മുഴുവൻ (PKW-Puzhu Kuthu Muzhuvan): കശുവണ്ടിപ്പരിപ്പ് മുഴുവനാണ്. പക്ഷേ പുറത്ത് അങ്ങിങ്ങായി പുഴുക്കുത്ത് അഥവാ കറുത്ത അടയാളങ്ങളുണ്ടായിരിക്കും.

ഇനിയുള്ള തരം തിരിവിൽ പരിപ്പ് മുഴുവനല്ല മറിച്ച് പിളർന്നതാണ്. ഇതെല്ലാം പൊടി ഇനങ്ങളായിരിക്കും.

(v) പിളർപ്പ് (S-Splits): ഇത് പരിപ്പ് രണ്ടായി പിളർന്നിരിക്കും.
(vi) വലിയ വെളുത്ത കഷണങ്ങൾ (LWP-Large White Pieces) : ഇത് വലിയ വെളുത്ത കഷണങ്ങളാണ്.
(vii) മൊരിഞ്ഞ കഷണങ്ങൾ (SP-Scorched Pieces): പ്രതലത്തിൽ ചെറിയ മൊരിവുള്ള കഷണങ്ങളാണിത്.
(viii) വെളുത്ത ചെറിയ കഷണങ്ങൾ (WSP-White Small Pieces): കശുവണ്ടിപ്പരിപ്പിലെ ഒരിനമാണിത്. ചെറിയ കഷണങ്ങളായിരിക്കും, പക്ഷെ വെളുപ്പുണ്ടായിരിക്കും.
(ix) ചെറിയ മൊരിഞ്ഞ കഷണങ്ങൾ (SSP-Small Scorched Pieces): ചെറിയ കഷണങ്ങളാണ്. അതിന്റെ പുറത്ത് അങ്ങിങ്ങായി മൊരിവുണ്ടാകും.
(x) കറ്റപ്പൊടി (KTP-Kattapodi)
(xi) കുരുണ് ഒന്നാം തരം (KU1)
(xii) കുരുണ് രണ്ടാം തരം (KU2)
(xiii) പീലിങ് കേട് (PK-Peeling Kedu)
(xiv) കറുത്ത കഷണങ്ങൾ (DP-Dark Pieces)
(xv) തള്ളിക്കളഞ്ഞത് (SPS)

5 തരം തിരിക്കൽ

തോലുകളഞ്ഞ മുഴുവൻ പരിപ്പ് തരം തിരിക്കുന്നത് സാമർത്ഥ്യം

ആവശ്യപ്പെടുന്ന ജോലിയാണ്. മുന്തിയ ഇനം പരിപ്പിൽ ഒരു പൗണ്ടിൽ (454 ഗ്രാമിൽ)150 എണ്ണം ഉണ്ടാകും. ഇത് വെളുത്ത പരുപ്പാണെങ്കിൽ WW 150 എന്നുവിളിക്കുന്നു. ആദ്യത്തെ W എന്നത് വെളുത്തത് (White) എന്നും രണ്ടാമത്തേത് മുഴുവൻ (Whole)എന്നുമാണ്. പരിപ്പിന്റെ പുറം അല്പം മൊരിഞ്ഞതാണെങ്കിൽ SW എന്നു വിളിക്കുന്നു (Scorched: മൊരിഞ്ഞത് എന്നതാണ് S കൊണ്ട് വിവക്ഷിക്കുന്നത്). സാധാരണ ഗ്രേഡുകൾ 150, 240, 320, 450 എന്നിങ്ങനെയാണ്. വിവിധ ഗ്രേഡുകളെക്കുറിച്ച് പിന്നീട് പ്രതിപാദിക്കാം.

ഗ്രേഡ് ചെയ്ത പരിപ്പ് വീണ്ടും 90 ഡിഗ്രി ഊഷ്മാവിൽ ചൂടാക്കിയ ശേഷമാണ് അടുത്ത ഘട്ടത്തിലേക്ക് കടത്തിവിടുക.

തരം തിരിച്ചതിന് ശേഷം 90 ഡിഗ്രി ഊഷ്മാവിൽ ഒന്നരമണിക്കൂർ ചൂടാക്കും. പായ്ക്ക് ചെയ്യുന്നതിന് മുമ്പ് മുടിയും പൊടിയും മാറ്റുന്നതിന് പരിപ്പ് അരിപ്പയിലൂടെ കടത്തിവിടുന്നു. ഈ അരിപ്പ വിറച്ചുകൊണ്ടിരിക്കും. അതിനുശേഷം ഒരു കൺവെയർ ബെൽറ്റിലൂടെ കൊണ്ടുപോകുന്നു. ഒരു തവണ കൂടി അരിച്ച ശേഷം ഒരു മെറ്റൽ ഡിറ്റക്ടർ വഴി കടത്തിവിടുന്നു. ശേഷം ആവശ്യമുള്ള അളവിൽ എടുത്ത് ടിന്നിലോ ഫ്ളെക്സി പായ്ക്കറ്റ് ആയോ നിറയ്ക്കുന്നു. ടിന്നിൽ 25 പൗണ്ട് (11.340 കിലോഗ്രാം) അല്ലെങ്കിൽ 10 കിലോ അളവിൽ എടുത്ത് കാർബൺ ഡൈഓക്സൈഡ് നിറച്ച് ടിൻ ഈയ്യം ഉരുക്കി ഒട്ടിക്കുന്നു.

പൗച്ചിൽ നിറയ്ക്കുന്ന തൂക്കങ്ങൾ : 50 പൗണ്ട് (22.680 കി ഗ്രാം), 25 പൗണ്ട് (11.340 കി ഗ്രാം). കൂടാതെ 10 കിലോഗ്രാം പായ്ക്കറ്റും ഉണ്ട്. ഈ പ്ലാസ്റ്റിക് കവറിന് 5 പാളികളുണ്ട്. ഉള്ളിലെ രണ്ടു പാളികൾ നൈലോൺ പാളികളാണ്. ഇവയ്ക്ക് നല്ല ഈട് നല്കാൻ കഴിയും. പൗച്ചിൽ നിറച്ചത് സീൽ ചെയ്യുന്നതിന് മുമ്പ് അതിൽ കാർബൺ ഡൈഓക്സൈഡും നൈട്രജനും നിറച്ചിരിക്കും. പുഴുവരിക്കലും (infestation) മറ്റും ഒഴിവാക്കാനാണിത്. ഈ സാങ്കേതിക വിദ്യ ഉപയോഗിക്കുന്നതുകൊണ്ട് പരിപ്പ് കേടുകൂടാതെ കൂടുതൽ നാളിരിക്കും. മോൾഡിഡ് വാക്വം പായ്ക്കറ്റിങ് എന്ന് അറിയപ്പെടുന്ന സംവിധാനം നാട്ടിൽ വന്നിട്ട് ഏകദേശം 10 വർഷമേ ആയിട്ടുള്ളൂ.

കശുവണ്ടിപ്പരിപ്പ് കാർബൺ ഡൈഓക്സൈഡ് ആഗീരണം ചെയ്യും. അതുകൊണ്ട് ബാഗിനുള്ളിൽ ചെറിയ തോതിൽ ശൂന്യത ഉണ്ടാകുകയും ഒരു വലിയ ചുടുകട്ട പോലെ പരിപ്പുകൾ ചേർന്നിരിക്കുകയും ചെയ്യും. ഓക്സിജന്റെ അഭാവത്തിൽ പരിപ്പ് കേടുകൂടാതിരിക്കുകയും ചെയ്യും. ഇതിന്റെ പൗച്ചിനെ 'ബാരിയർ ബാഗ്' എന്നുപറയുന്നു. പായ്ക്കറ്റിനകവും പുറവും നല്ലതുപോലെ വേർതിരിക്കുന്ന കൊണ്ടാണിത്.

പാവപ്പെട്ടവന്റെ വിളയും ധനികന്റെ ഭക്ഷണവും

ലോകത്തിൽ വച്ച് ഏറ്റവും രുചികരമായ കശുവണ്ടിപ്പരിപ്പ് കിട്ടുന്നത് കണ്ണൂരിലെ ഇരിട്ടിയിൽ നിന്നാണ്. രുചി മാത്രമല്ല വലിപ്പത്തിലും ഒട്ടും

വറക്കൽ ചൂള

ചൂളയിൽ തീയിടുന്നു

ഡ്രാം റോസ്റ്റിംങ്ങ് യന്ത്രം കറക്കുന്നു

വറക്കൽ യന്ത്രത്തിന്റെ ഭാഗം

ചുട്ട കശുവണ്ടി

സ്റ്റീം കുക്കർ

നീരാവി ബോയിലർ

ആവിയിൽ വറുത്ത കശുവണ്ടി

തോട്ടണ്ടി തല്ലുന്നു

കശുവണ്ടി തല്ലൽ

മുറിച്ച കശുവണ്ടിയിൽ നിന്ന്
തോട് വേർപെടുത്തുന്നു

തോട് കളയുന്ന യന്ത്രം

കശുവണ്ടി മുറിക്കുന്നു

ബോർമയിലേക്ക് ട്രേകളുമായി ട്രോളി

60 വർഷം അനുഭവപരിചയമുള്ള മുത്തശ്ശി

ട്രെയിൽ പരിപ്പ് നിരത്തുന്നു

ട്രെയിലിൽ നിന്ന് ട്രോളിയിലേക്ക്

തൊലി കളഞ്ഞ പരിപ്പ്

പരിപ്പ് തിരിയുന്നതിന് മുമ്പ്

തൊലി കളയൽ സെക്ഷൻ

പായ്ക്കിംങ്ങ് യൂണിറ്റിലെ മെറ്റൽ
ഡിറ്റക്ടറും മറ്റ് യന്ത്രങ്ങളും

ഗ്രേഡിംങ്ങിന് മുമ്പുള്ള വിവിധ തരത്തിലെ പരിപ്പുകൾ

പിന്നിലല്ല. കശുവണ്ടി വ്യവസായത്തിന്റെ ലോകഭൂപടത്തിൽ നിർണ്ണായകസ്ഥാനം കൊല്ലം ജില്ലയിലെ കിളിക്കൊല്ലൂരിന് ഉണ്ട്. നൂറ്റാണ്ടിലേറെ പഴക്കവും പാരമ്പര്യവും അവകാശപ്പെടാവുന്ന ദേശമാണിത്. പതിനായിരക്കണക്കിന് തൊഴിലാളികൾക്ക് ഉപജീവനം നല്കുന്ന തൊഴിൽ മേഖലയാണിത്. വർഷങ്ങൾക്ക് മുമ്പുണ്ടായിരുന്ന കുത്തക കേരളത്തിന് നഷ്ടപ്പെട്ടുവെങ്കിലും ഗുണത്തിന്റെയും മേന്മയുടെയും മികവിൽ ഒന്നാം സ്ഥാനം കൈവിട്ടിട്ടില്ല. രുചിയുടെ കാരണങ്ങളിൽ ഒന്ന് അത്യന്താധുനിക യന്ത്രങ്ങളെ ആശ്രയിക്കാതെ കരവിരുതിൽ അധിഷ്ഠിതമായ സംസ്കരണരീതിയാണെന്ന് കശുവണ്ടിവ്യവസായിയായ സജീദ് മുസലിയാർ (FN Cashews) അഭിപ്രായപ്പെടുന്നു.

കരവിരുതിൽ തയ്യാറാക്കി എടുക്കുന്നത് ശ്രമകരവും ഏറെ അനുഭവ പരിചയവും ആവശ്യമാണെന്ന് പരമ്പരാഗതമായി ഈ രംഗത്ത് കശുവണ്ടി ഫാക്ടറി നടത്തിവരുന്ന സുഹൃത്ത് സജീദ് അഭിപ്രായപ്പെട്ടു. ഈ കാലഘട്ടത്തിൽ നമ്മുടെ രാജ്യത്ത് കശുവണ്ടി വ്യവസായത്തിൽ മുന്നിൽ നില്ക്കുന്നത് മഹാരാഷ്ട്ര, ഒറീസ, ആന്ധ്ര, തമിഴ്നാട് എന്നീ സംസ്ഥാനങ്ങളാണ്. ഈ പട്ടികയിൽ ശേഷം വരുന്നതാണ് കേരളം എന്നു മാത്രം. ഏകദേശം മൂന്നിൽ രണ്ടുഭാഗം കശുവണ്ടി മറ്റു സംസ്ഥാനങ്ങളിൽ സംസ്കരിക്കപ്പെടുന്നു.

ഒട്ടേറെ കശുവണ്ടി വ്യവസായ ഗ്രൂപ്പുകൾ ഉള്ള തമിഴ്നാട്ടിൽ 70 കളിൽ ഈ വ്യവസായം പറിച്ചു നട്ടെങ്കിലും മറ്റു സംസ്ഥാനങ്ങളും ഈ രംഗത്തേക്ക് കടന്നുവന്നു. എങ്കിലും കരവിരുതിൽ മലയാളികളെ വെല്ലാൻ ആർക്കും കഴിഞ്ഞിട്ടില്ല എന്നുള്ളത് അഭിമാനകരമായ കാര്യമാണ്. സ്ത്രീകളാണ് ഈ രംഗത്തെ മുഖ്യതൊഴിൽശക്തി.

ഗുണനിലവാരമുള്ള കശുവണ്ടിപ്പരിപ്പ് കേരളത്തിൽ നിന്ന് പ്രത്യേകിച്ച് കൊല്ലം ജില്ലയിൽ നിന്ന് ഉരുത്തിരിഞ്ഞ് വരാൻ ഒട്ടേറെ കാരണങ്ങൾ ഉണ്ട്. ഒരു കാലത്ത് നാട്ടിൽ വിളഞ്ഞ കശുവണ്ടിയായിരുന്നു സംസ്കരിച്ച് എടുത്തിരുന്നത്. ഇത് വളരെ 'ഫ്രഷ്' ആയിട്ട് തയ്യാറാക്കി എടുക്കാമായിരുന്നു. വിളവ് എടുപ്പ് കഴിഞ്ഞാൽ അല്പം ഉണക്ക് കിട്ടി

ക്കഴിഞ്ഞാൽ ഉടൻ സംസ്കരിച്ച് എടുക്കാൻ കഴിയുമായിരുന്നു. അതു കൊണ്ടാണ് രുചി ഏറിയിരുന്നത്. ഇപ്പോഴാകട്ടെ രാജ്യത്ത് സംസ്കരിക്കുന്ന കശുവണ്ടിയിൽ ഏറെയും ബിസാഗോ, ഐവറികോസ്റ്റ്, ടാൻസാനിയ, ഘാന, നൈജീരിയ എന്നീ ആഫ്രിക്കൻ രാജ്യങ്ങളിൽ നിന്നും തെക്കേ അമേരിക്കയിലെ ബ്രസീലിൽ നിന്നുമാണ് ഇറക്കുമതി ചെയ്യുന്നത്. വിളവ് എടുത്ത് ഇവിടെ എത്തുമ്പോഴേക്കും കുറഞ്ഞത് നാല് മാസം കാലാവധി കഴിഞ്ഞിരിക്കും. സംസ്കരിച്ച് യൂറോപ്യൻ നാടുകളിൽ എത്തുമ്പോഴേക്കും വീണ്ടും രണ്ട് മാസം കടന്നുപോയിരിക്കും. വിയറ്റ്നാമും ചൈനയും ഈ രംഗത്ത് സജീവമായിട്ടുണ്ട്. വിയറ്റ്നാം കയറ്റുമതിയിൽ ഒന്നാമത് എത്തിയിട്ടുണ്ട്.

ഒട്ടുമിക്ക സ്ഥലങ്ങളിലും കശുവണ്ടി ആവിയിൽ പുഴുങ്ങി സംസ്കരിച്ച് എടുക്കുമ്പോൾ, നമ്മുടെ നാട്ടിൽ മിക്കവാറും കശുവണ്ടിതോട് കത്തിച്ച് ഇരുമ്പ് ഡ്രമ്മിൽ ചുട്ടെടുത്ത കശുവണ്ടി തല്ലിയെടുത്ത് സംസ്കരിച്ച് എടുക്കുന്നു. ഈ രീതിയാണ് രുചിയുടെ അടിസ്ഥാനങ്ങളിൽ ഒന്ന്. ഇതിനെ ഡ്രം റോസ്റ്റഡ് (Drum Roasted) എന്ന് പറയുന്നു. ജപ്പാൻ തുടങ്ങിയ രാജ്യങ്ങൾ ഈ രീതിയിൽ തയ്യാറാക്കിയ കശുവണ്ടി പ്രത്യേകം എടുത്തുപറഞ്ഞ് ഓർഡർ നല്കുന്നു.

പുഴുങ്ങുമ്പോൾ നേരിയ രുചിക്കുറവും അല്പം നിറം മങ്ങലും ഉണ്ടാകുന്നു. നമ്മുടെ നാട്ടിലെ സംസ്കരണത്തിന്റെ പ്രത്യേകത, തല്ലുമ്പോൾ പരിപ്പ് പൊട്ടിപ്പോകാതെ അതിന്റെ ആകൃതി കൃത്യമായി നിലനിർത്താൻ കഴിയുന്നു എന്നുള്ളതാണ്. മാത്രമല്ല, കശുവണ്ടി കൃത്യമായി തല്ലിയെടുക്കാൻ കഴിയുന്ന പരുവത്തിൽ ചുട്ടെടുക്കാൻ അനുഭവപരമായി കഴിയുന്നുവെന്നതാണ് പ്രത്യേകത. തോട്ടണ്ടിയിലെ കശർപ്പുള്ള എണ്ണ ചുടുമ്പോൾ കത്തി മാറുന്നതും പ്രത്യേകതയാണ്. പുഴുങ്ങി എടുക്കുമ്പോൾ ഈ ശുദ്ധി ലഭിക്കണമെന്നില്ല. തുടർന്നുള്ള പ്രക്രിയകളിലും അനുഭവസമ്പത്ത് ഏറെയുള്ളതിനാൽ നല്ല കശുവണ്ടിപ്പരിപ്പ് ലഭ്യമാക്കുന്നു.

5

കശുവണ്ടിപ്പരിപ്പ് 320

കശുവണ്ടിപ്പരിപ്പിന്റെ ആകൃതി, വലിപ്പം, നിറം എന്നിവയുടെ അടിസ്ഥാനത്തിൽ ഇന്ത്യയിലും ബ്രസീലിലും കശുവണ്ടിയുടെ ഗുണനിലവാരം ഏകോപിപ്പിച്ചത് 1988 ൽ അംഗീകരിച്ച ISO 6477 സ്റ്റാന്റേർഡ് അനുസരിച്ചാണ്. കശുവണ്ടിപ്പരിപ്പ് 33 ഗ്രേഡുകളായി തരം തിരിച്ചിട്ടുണ്ട്. ഇതിൽ 26 ഗ്രേഡുകൾ ആണ് വിപണിയിലും കയറ്റുമതിയിലും ലഭ്യമാകുന്നത്. അമേരിക്കൻ സ്റ്റാന്റേർഡ് തന്നെയാണ് ഇന്ത്യയിലും സ്വീകരിച്ചിരിക്കുന്നത്. കശുവണ്ടിപ്പരിപ്പ് കയറ്റുമതിയ്ക്ക് 100 വർഷം തികഞ്ഞു. ആദ്യം അമേരിക്കയിലേക്കും ഇംഗ്ലണ്ടിലേക്കുമായിരുന്നത് ഇപ്പോൾ ഒട്ടനവധി രാജ്യങ്ങളിലേക്ക് വ്യാപിച്ചു. കയറ്റുമതിയിൽ ലോകത്ത് ഒന്നാം സ്ഥാനമുണ്ടായിരുന്ന ഇന്ത്യ ഇപ്പോൾ വിയറ്റ്നാമിന് നല്കി രണ്ടാം സ്ഥാനത്തായി.

വെള്ളപ്പരിപ്പ് (White Wholes), കരു (Scorched Wholes), പിളർപ്പ് (Splits), തുണ്ടുകൾ (Bits) എന്നിങ്ങനെയുള്ള തരങ്ങളാണ് ഉള്ളത്. ഗ്രേഡ് സൂചിപ്പിക്കുന്നതിന് അക്ഷരങ്ങളും ഒരു സംഖ്യയും ഉപയോഗിക്കുന്നു. സംഖ്യ കൗണ്ട് (എണ്ണം) തരുന്നു. മുഴുവൻപരിപ്പ് (W), പൊടിഞ്ഞത് (B), മൊരിഞ്ഞത് (S), പിളർന്നത് (S) എന്നിങ്ങനെയാണ് ചിഹ്നങ്ങൾ. ഒരു റാത്തൽ (പൗണ്ട്) തൂക്കത്തിൽ എത്ര മുഴുവൻ പരിപ്പ് ഉണ്ടെന്നുള്ളതാണ് സംഖ്യ. ഒരു പൗണ്ട് എന്നത് 454 ഗ്രാമിന് തുല്യമാണ്. ഉദാഹരണമായി W320 എന്നാൽ 454 ഗ്രാമിൽ 320 എണ്ണം വെളുത്ത മുഴുവൻ പരിപ്പ് ഉണ്ടാകുമെന്നാണ്. ഇവ ഓരോന്നും വിശദമായി പരിശോധിക്കാം.

1. വെളുത്ത മുഴുവൻ പരിപ്പ് (White Wholes or W)

ഇതാണ് ഏറ്റവും മുന്തിയ ഇനം കശുവണ്ടിപ്പരിപ്പ്. പേര് വെള്ള എന്നാണെങ്കിലും ഇതിന് അല്പം ദന്തനിറം ഉണ്ടാകും (നേർത്ത ക്രീം

നിറം). മാർക്കറ്റിൽ ഏറ്റവും കൂടുതൽ ഡിമാന്റുള്ള പരിപ്പാണിത്. മുഴുവൻ (Wholes) എന്നതും (White) എന്നതും ചേർത്ത് W എന്ന ചുരുക്കെഴുത്താണ് ഈ തരത്തിന് കൊടുത്തിട്ടുള്ളത്. വെളുത്ത മുഴുവൻ പരിപ്പ് (W) എന്നത് തരം തിരിച്ചിട്ടുണ്ട്. വെള്ളപ്പരിപ്പിനാണ് മൊരിഞ്ഞതിനേക്കാൾ ആവശ്യക്കാർ.

അന്താരാഷ്ട്രതലത്തിൽ അംഗീകരിച്ചിട്ടുള്ള ഗ്രേഡിങ് സമ്പ്രദായമിതാണ്. ഒരു റാത്തൽ (പൗണ്ട്) തൂക്കത്തിൽ എത്ര മുഴുവൻ പരിപ്പ് ഉണ്ടെന്ന് ഉള്ളതാണ്. ഒരു പൗണ്ട് എന്നത് 454 ഗ്രാമിന് തുല്യമാണ്. ഉദാഹരണമായി W320 എന്നാൽ 454 ഗ്രാമിൽ 320 എണ്ണം വെളുത്ത മുഴുവൻ പരിപ്പ് ഉണ്ടാകുമെന്നാണ്. W180 എന്നാൽ ഒരു പൗണ്ടിൽ 180 വെളുത്ത മുഴുവൻ (Whole) പരിപ്പുണ്ട് എന്നാണ്. വെളുത്ത മുഴുവൻ പരിപ്പിന്റെ വിവിധ ഗ്രേഡുകൾ എന്തൊക്കെയാണെന്ന് നോക്കാം.

i. കശുവണ്ടിയിലെ രാജാവ് W180

വെളുത്ത മുഴുവൻ (Whole - W) പരിപ്പാണിത്. തോട്ടണ്ടി സംസ്കരണത്തിൽനിന്ന് വളരെ കുറച്ചുമാത്രമേ ഇത്രയും മുഴുപ്പുള്ള പരിപ്പ് കിട്ടുകയുള്ളു. വലിപ്പമുള്ളതും അപൂർവ്വവുമായതുകൊണ്ട് വില കൂടുതലാണിതിന്. W180 നെ സൂപ്പർ ലാർജ് എന്നും അറിയപ്പെടുന്നു.

ഒരു പൗണ്ടിൽ (454 ഗ്രാം) 180 വെളുത്ത മുഴുവൻ പരിപ്പുണ്ടാകുമെന്നാണ് കൗണ്ട് സൂചിപ്പിക്കുന്നത്. ഒരു കിലോയിൽ 395 പരിപ്പുണ്ടാകും. ഗ്രേഡിങ് അനുസരിച്ച് പൗണ്ടിൽ 180 എന്നാണെങ്കിലും പ്രായോഗികമായി ഒരു പൗണ്ടിൽ 170 മുതൽ 180 വരെ പരിപ്പുണ്ടാകാം. കിലോഗ്രാമിൽ പറയുമ്പോൾ ഒരു കിലോ പരിപ്പിൽ 266 മുതൽ 395 എണ്ണം ഉണ്ടാകാം. ഇത് വെളുത്ത പരിപ്പ് എന്നാണ് പേരെങ്കിലും അല്പം ഐവറി നിറമുണ്ടാകും.

ii. ജംബോ നട്സ് W210

വെളുത്ത മുഴുവൻ പരിപ്പാണിത്. ഗ്രേഡ് സൂചിപ്പിക്കുന്നത് ഒരു പൗണ്ടിൽ 210 വെളുത്ത മുഴുവൻ പരിപ്പുണ്ടാകുമെന്നാണ്. ഇത് ലാർജ് (large) എന്നാണ് അറിയപ്പെടുന്നത്. തുല്യമായി, ഒരു കിലോഗ്രാമിൽ 465 എണ്ണമാണുള്ളത്. ഇതും പ്രായോഗികമായി ഒരു പൗണ്ടിൽ 200 മുതൽ 210 വരെ ഉണ്ടാകും. ഏറ്റവും കൂടുതൽ വലിപ്പവും വിലയും ഗ്രേഡും W180 നും W210 നുമാണ്. കശുവണ്ടി സംസ്കരണത്തിൽ വളരെ കുറച്ചുമാത്രമേ ഈ ഗ്രേഡിൽ കിട്ടുകയുള്ളു. W210 എന്നത് പ്രീമിയം ഗ്രേഡാണ്.

iii. W240

ഒരു പൗണ്ടിൽ 240 വെളുത്ത മുഴുവൻ പരിപ്പുണ്ടാകും. ഒരു കിലോഗ്രാമിൽ 530 എണ്ണം ഉണ്ടാകും. പ്രായോഗികമായി പൗണ്ടിൽ 220 മുതൽ

240 വരെ ആകാം. അതുപോലെ ഒരു കിലോഗ്രാമിൽ 483 നും 530 നും ഇടയ്ക്ക് എണ്ണം ഉണ്ടാകും. W240 ഒരാകർഷകമായ ഗ്രേഡാണ്, ഒപ്പം ന്യായമായ വിലയുമാണ്.

iv. W 280

പൗണ്ടിൽ 280 വെളുത്ത മുഴുവൻ പരിപ്പ് കാണും. കിലോഗ്രാമിൽ 620 പരിപ്പുണ്ടാകും. W280 ൽ 270 മുതൽ 280 വരെ എണ്ണമാകും കാണുക. കിലോഗ്രാമിൽ തൂക്കുമ്പോൾ 575 മുതൽ 620 വരെ എണ്ണം കണ്ടേക്കാം.

v. W 320 ജനകീയ ഇനം

ലോകത്ത് ഏറ്റവും കൂടുതൽ പ്രചാരത്തിലുള്ളതും കൂടുതൽ ലഭ്യമായതും W320 ആണ്.

454 ഗ്രാമിൽ (പൗണ്ടിൽ) 320 വെളുത്ത മുഴുവൻ പരിപ്പ് ഉണ്ടാകുമെന്നതാണ് കണക്ക്. കിലോഗ്രാമിൽ 706 പരിപ്പുണ്ടാകും. മാർക്കറ്റിൽ ലഭിക്കുമ്പോൾ പൗണ്ടിൽ 300 നും 320 നും ഇടയിൽ എണ്ണമുണ്ടാകും. W320 പരിപ്പാണ് ലോകത്ത് ഏറ്റവും കൂടുതൽ ഡിമാന്റുള്ളത്. ലോകമാർക്കറ്റിൽ W320 ന്റെ വില ഒരു സൂചകമാണ്. അതായത് ഇതിന്റെ വില അറിഞ്ഞാൽ കശുവണ്ടിപ്പരിപ്പുകളുടെ ആകെ വിലനിലവാരം അറിയാൻ കഴിയും.

vi. ചിന്നൻ W450

സാധാരണ ലഭ്യമായതിൽ തീരെ ചെറുതും വെളുത്ത മുഴുവനും വിലക്കുറവുള്ളതുമാണിത്. കുറഞ്ഞ വിലയിൽ ഏറ്റവും ആകർഷകമായ ഇനം കൂടിയാണ്.

വെളുത്ത മുഴുവൻ പരിപ്പ് 450 എണ്ണം ഒരു പൗണ്ടിൽ ഉണ്ടാകും. ഇതാണ് ഇതിന്റെ കൗണ്ട് (എണ്ണം). കശുവണ്ടിപ്പരിപ്പിന്റെ ഗ്രേഡ് പറയുന്നത് ഒരു പൗണ്ടിലെ കൗണ്ടിലാണ് (എണ്ണം). ഒരു കിലോഗ്രാമിൽ 990 എണ്ണം ഉണ്ടാകും. മാർക്കറ്റിൽ ലഭിക്കുന്ന പായ്ക്കറ്റിൽ ഒരുപക്ഷെ പൗണ്ടിൽ 400 നും 450 നുമിടയിൽ എണ്ണമുണ്ടാകും. ഒരു കിലോയിൽ ഇത് 880 മുതൽ 990 വരെ ആകാം. റെഗുലേറ്റർ ഗ്രേഡ് എന്നും W450 അറിയപ്പെടുന്നു. ഇതിൽ എല്ലാത്തിലും ജലാംശത്തിന്റെ അളവ് 5 ശതമാനത്തിൽ കുറവായിരിക്കണം. 5 ശതമാനത്തിൽ കൂടുതൽ മുഴുവനല്ലാത്ത പരിപ്പ് കാണാനും പാടില്ല.

പരിപ്പിൽ പുഴുവരിക്കാൻ (infestation) പാടില്ല. പരിപ്പിനുള്ളിൽ പുഴുവുണ്ടാകാൻ പാടില്ല. പ്രാണി കീടബാധ കൊണ്ടു കേട് (insect damage) ഉണ്ടാകാൻ പാടില്ല. പൂപ്പ് പിടിക്കരുത്. പരിപ്പിൽ ചേർന്നിരിക്കുന്ന തൊലി (Adhering testa) ഉണ്ടാകാൻ പാടില്ല. തൊണ്ടകാറൽ (rancidity) ഉണ്ടാക്കുന്ന പരിപ്പ് ആയിരിക്കരുത്. 5 ശതമാനത്തിൽ കൂടുതൽ

ജലാംശം ഉണ്ടാകരുത്. പൊടിഞ്ഞതും മുറിഞ്ഞതും 5 ശതമാനത്തിൽ കൂടരുത്.

vii. W500

ഒരു പൗണ്ടിൽ 500 വെളുത്ത മുഴുവൻ പരിപ്പ് ഉണ്ടാകും. ഇതാണ് മാർക്കറ്റിൽ ലഭ്യമായ ഏറ്റവും ചെറിയ കശുവണ്ടിപ്പരിപ്പ്. ഒരു പൗണ്ടിൽ 450 മുതൽ 500 വരെ ഉണ്ടാകാം.

2. മൊരിഞ്ഞ മുഴുവൻ പരിപ്പ് (Scorched Wholes)

കശുവണ്ടി ചുടുമ്പോഴോ ബോർമയിൽ മൊരിക്കുമ്പോഴോ അല്പം നിറവ്യത്യാസം ഉണ്ടാകുന്ന പരിപ്പാണിത്. ചെറിയ ചുവപ്പ് നിറം ഈ പരിപ്പിന്റെ പ്രതലത്തിലുണ്ടാകും. പരിപ്പിന്റെ ആകൃതിയിൽ വ്യത്യാസമില്ല. അല്പം മൊരിവ് പരിപ്പിന്റെ പുറത്തുണ്ടാകും. പരിപ്പ് മുഴുവൻ ആകൃതിയിൽതന്നെയായിരിക്കും. പ്രതലത്തിലെ അല്പം മൊരിവ് ഉള്ളതുകൊണ്ട് ഈ പരിപ്പ് അല്പം 'കറുമുറ' സ്വഭാവം ഉണ്ടാകും. ഇത്തരം പരിപ്പ് 'കരു' എന്നാണ് അറിയപ്പെടുക. Scorched എന്നാൽ പരിപ്പിന്റെ പുറത്ത് ചൂടു കൂടുതൽ കൊണ്ടുള്ള മൊരിവ് എന്നർത്ഥം. മൊരിപ്പുള്ള മുഴുവൻ പരിപ്പും വെളുത്ത മുഴുവൻപരിപ്പുപോലെ ഗ്രേഡ് തിരിച്ചിട്ടുണ്ട്. നിറത്തിൽ ഇളം ചുവപ്പുണ്ടെങ്കിലും ആകൃതിയിൽ മാറ്റമില്ല. പൗണ്ടിലെ കൗണ്ടിൽ (എണ്ണത്തിൽ) തന്നെയാണ് ഇത് ഗ്രേഡ്ചെയ്തിരിക്കുന്നത്.

മൊരിഞ്ഞ പരിപ്പിന്റെ ഗ്രേഡ് സൂചകമായി SW (Scorched Whole) എന്നു കൊടുക്കുന്നു. മൊരിഞ്ഞ പരിപ്പിന്റെ ഗ്രേഡുകൾ ഏതൊക്കെയാണെന്ന് നോക്കാം. വെളുത്ത മുഴുവൻ പരിപ്പിന്റെ ഗ്രേഡ് തന്നെയാണ് ഇതിനുള്ളത്. ഗ്രേഡ് സൂചകമായി SW എന്ന് ആദ്യം എഴുതി കാണിക്കും. തുടർന്നുള്ള സംഖ്യ ഒരു പൗണ്ടിലെ (454 ഗ്രാം) കൗണ്ട് (എണ്ണം) തരും. SW എന്നാൽ മൊരിഞ്ഞതും (Scorched) മുഴുവൻ പരിപ്പും (Wholes) ആണെന്നാണ്. S നിറവും W ആകൃതിയും സംഖ്യ എണ്ണവും തരുന്നു. ഉദാഹരണമായി SW 240 എന്നാൽ മൊരിഞ്ഞ മുഴുവൻപരിപ്പ് ഒരു പൗണ്ടിൽ 240 എണ്ണം ഉണ്ടാകുമെന്നാണ്. ഇതിലെ എല്ലാ ഗ്രേഡിലും ജലാംശത്തിന്റെ അളവ് 5 ശതമാനത്തിൽ കുറവായിരിക്കും. പരിപ്പിന് 5 ശതമാനത്തിൽ കൂടുതൽ പൊടിഞ്ഞതും മുറിഞ്ഞതും മറ്റും കാണാൻ പാടില്ല. മൊരിഞ്ഞ മുഴുവൻ പരിപ്പിലെ ഗ്രേഡുകൾ ഏതൊക്കെയാണെന്ന് നോക്കാം.

മൊരിഞ്ഞ മുഴുവൻ (Scorched wholes) പരിപ്പ് (SW)

ഇതിൽ ഗ്രേഡ് സംഖ്യ കാണുകയില്ല. ഒരു പൗണ്ടിലെ എണ്ണം തിട്ടപ്പെടുത്തിയിട്ടുണ്ടാവില്ല. മൊരിഞ്ഞതിന്റെ ചെറിയ ചുവപ്പും ആകൃതി

യിൽ പൂർണ്ണവുമാണ്. തോട്ടണ്ടി ചുട്ടെടുക്കുമ്പോൾ തീ കൂടിയതോ അല്ലെങ്കിൽ ബോർമയിൽ ചൂട് കൂടിയതോ ആകാം നിറഭേദത്തിന് കാരണം.

3. വെളുത്ത കഷണങ്ങൾ

കശുവണ്ടിപ്പരിപ്പ് വെളുത്തതാണെങ്കിലും മുഴുവൻ പരിപ്പ് അല്ല. ഇതിൽ ഉൾപ്പെടുന്ന വിവിധയിനങ്ങൾ ഏതൊക്കെയാണെന്ന് നോക്കാം.

(i) വെളുത്ത കഷണങ്ങൾ (Bits)

ഇത് ഗ്രേഡിൽ B എന്ന അടയാളമാണ് കൊടുക്കുക. ബിറ്റ്സ് എന്നാൽ മുറിഞ്ഞ കശുവണ്ടിപ്പരിപ്പാണ്. പ്രകൃത്യായുള്ള രണ്ട് പിളർപ്പ് അല്ല. നടുക്കുവച്ചോ അല്ലാതെയോ രണ്ടായി മുറിഞ്ഞതാണ്. ഇതിന്റെ എണ്ണം അഥവാ കൗണ്ട് പറയാറില്ല.

(ii)വെളുത്ത പിളർപ്പ് (Splits)

വെളുത്ത മുഴുവൻ പരിപ്പ് രണ്ടായി പിളർന്നതാണിത്. ഇതിന്റെ എണ്ണം അഥവാ കൗണ്ട് നല്കാറില്ല. ഇതിന്റെ ഗ്രേഡ് ചിഹ്നം 'S' എന്നാകുന്നു.

(iii) വെളുത്ത വലിയ കഷണങ്ങൾ (Large White Pieces)

ഇതിന്റെ ഗ്രേഡ് ചിഹ്നം LWP എന്നാകുന്നു. പിളർന്ന കശുവണ്ടിപ്പരിപ്പ് മുറിഞ്ഞ കഷണങ്ങളായതാണിത്. എങ്കിലും ഈ കഷണങ്ങളുടെ വലിപ്പം 4.75 മില്ലി മീറ്ററിൽ കുറയുകയില്ല.

(iv) ചെറിയ വെളുത്ത കഷണങ്ങൾ (SWP)

ഇതും വെളുത്ത ചെറിയ കഷണങ്ങളാണ്. 2.8 മില്ലി മീറ്ററിൽ കുറയുകയില്ല.

(v) കുരുണ് (Baby Bits, BB)

ഇതും ചെറിയ കഷണങ്ങളാണ്. വലിപ്പം 1.7 മില്ലി മീറ്ററിൽ കുറയുകയില്ല. പരിപ്പിന്റെ മുകൾ ഭാഗത്ത് കാണുന്ന വളഞ്ഞിരിക്കുന്ന ഭാഗമാണിത്. ഇതും വേർതിരിച്ച് ഒരു ഇനമായി ലഭ്യമാണ്. കുരുണ് മുളച്ചാണ് കശുമാവ് ആകുന്നത്. കുരുണ് മുളച്ച് വളരുന്നതിനുള്ള 'ആഹാരമാണ്' കശുവണ്ടിപ്പരിപ്പ്. അതുകൊണ്ടാണിതിനെ ബേബി ബിറ്റ്സ് എന്ന് വിളിക്കുന്നത്.

4. കുരു മുഴുവൻ (Dessert Wholes)

മുഴുവൻ പരിപ്പാണെങ്കിലും മൊരിവ് കൂടുതലും ചിലത് പിരിവാലും (Shrivelled) കറ നിറവുമായിരിക്കും (Speckled). ഇളം നീലനിറമാകാം. ഇത്

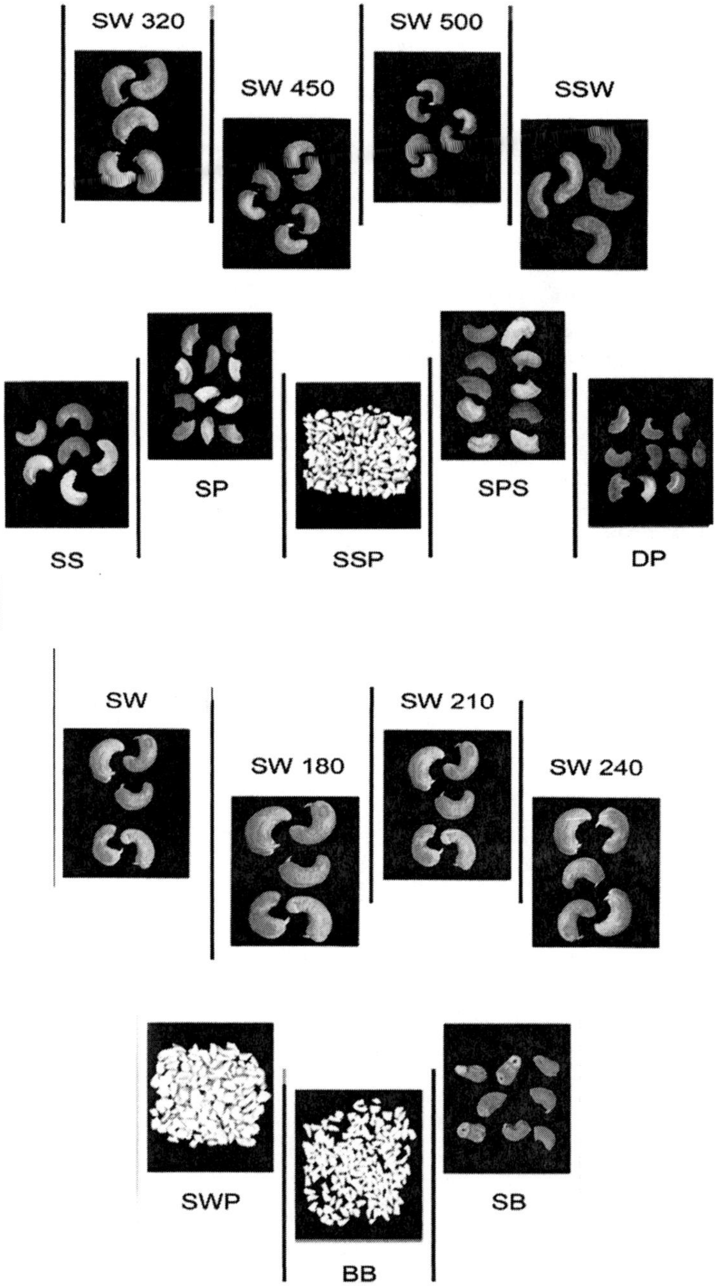

കശുവണ്ടിപരിപ്പുകൾ

മുഴുവൻ മൊരിഞ്ഞ രണ്ടാം തരമാണ് (SSW Scoreched Wholes Second).

ഇതിൽതന്നെ DW (Dessert Wholes) എന്ന വിഭാഗവുമുണ്ട്. കടുത്ത തവിട്ടുനിറം ഉണ്ടാകും. കറുത്ത പുള്ളികളും കാണാം.

5. മൊരിഞ്ഞ കഷണങ്ങൾ (Scorched Pieces)

ഈ വിഭാഗത്തിൽ ഉള്ളതിന് കൗണ്ട് പറയാറില്ല. ഇതിൽ 4 വിഭാഗങ്ങൾ ഉണ്ട്.

(i) മൊരിഞ്ഞ കഷണങ്ങൾ (SB)
(ii) മൊരിഞ്ഞ പിളർപ്പ് (SS)
(iii) കരുപ്പൊടി (SP)
(iv) മൊരിഞ്ഞ ചെറിയ കഷണങ്ങൾ (SSP)

6. തുണ്ട് കരു

ഇതിൽപ്പെടുന്നതാണ് SPS. കൂടുതൽ മൊരിവ് ഉണ്ടായിരിക്കും. പിരിവാലും ചൊക്കിയും ഇതിൽപ്പെടും. കേട് (DP: Dessert Pieces) എന്ന ഇനവും ഉൾപ്പെടും.

എല്ലാ ഇനവും കയറ്റി അയക്കുന്നില്ല. ആഭ്യന്തര വിപണിയിൽ ഉല്പാദനത്തിന്റെ അഞ്ചിലൊന്ന് വിറ്റഴിക്കുന്നുണ്ട്. ആവശ്യക്കാർ ഏറി വരുന്നതായി കാണുന്നു. ഐസ്ക്രീം, കേക്ക്, മിഠായികൾ, ബിസ്ക്കറ്റ് എന്നിവയുടെ നിർമ്മാണത്തിന് കശുവണ്ടി വ്യാപകമായി ഉപയോഗിക്കുന്നു. ഒന്നാം തരം കശുവണ്ടി പരിപ്പ് ആഭ്യന്തര വിപണിയിൽ സുലഭമല്ല. ഡോളർ തേടി പോവുകയാണ്.

6

ചായ മുതൽ മരുന്നുവരെ

കശുവണ്ടി സംസ്കരണത്തിൽനിന്നുള്ള ഏറ്റവും പ്രധാനപ്പെട്ട ഉപോല്പന്നമാണ് അണ്ടിക്കറ. ഇത് കാഷ്യു നട്ട് ഷെൽ ഓയിൽ (CNSL) എന്നാണ് അറിയപ്പെടുന്നത്. കശുവണ്ടിപ്പരിപ്പിന് പുറത്തായി ഒരു നേർത്ത തൊലിയുണ്ട്. അതിന് പുറത്തായി കട്ടിയുള്ള തോടുണ്ട്. തോട്ടണ്ടിയുടെ ഏകദേശം എഴുപത് ശതമാനം ഭാരവും തോടിന്റേതാണ്. കൊപ്ര ആട്ടി വെളിച്ചെണ്ണ എടുക്കുന്നതുപോലെ തോട്ടണ്ടിയുടെ തോട് ആട്ടി എടുക്കുന്നതാണ് അണ്ടിക്കറ. വ്യവസായത്തിൽ ഏറ്റവും അധികം ആവശ്യം ഉള്ള ഒന്നാണ് അണ്ടിക്കറ. പ്രകൃതിദത്തമായി ലഭിക്കുന്ന ഫിനോളിന്റെ ഉറവിടങ്ങളിൽ ഒന്നാണ് അണ്ടിക്കറ. അണ്ടിക്കറയുടെ മികച്ച ഗുണങ്ങൾ ഒട്ടേറെ മേഖലകളിൽ പ്രയോജനപ്പെടുത്തിവരുന്നു. ഇരുണ്ടതും കടും ചുവപ്പ് നിറവുമുള്ളതാണ് അണ്ടിക്കറ. അണ്ടിയറയുടെ മുഖ്യഘടകം അതിലെ ഫിനോൾ ആകുന്നു. പെട്രോളിയം ശുദ്ധീകരിച്ച് ലഭിക്കുന്നതിലും മികച്ചതാണ് അണ്ടിക്കറയിൽനിന്ന് ലഭിക്കുന്ന ഘടകങ്ങൾ. ഇത് പുതുക്കപ്പെടുന്ന അപൂരിത ഫിനോളിന്റെ ഉറവിടമാണ്. ഏകദേശം തോടിന്റെ 30 മുതൽ 35 ശതമാനം വരെ അണ്ടിക്കറയാണ്. അണ്ടിക്കറയുടെ മുഖ്യഘടകങ്ങൾ അനാക്കാർഡിക് ആസിഡ്, കാർഡനോൾ, 2– മിഥൈൽ കാർഡോൾ എന്നിവയാണ്. അണ്ടിയറയിലെ ഘടകങ്ങളുടെ ലഭ്യത അതിന്റെ തയ്യാറാക്കലിന്റെ രീതിയെ ആശ്രയിച്ചിരിക്കും. ഹോട്ട് ഓയിൽ ബാത്, എക്സ്പെല്ലർ, ഡ്രം റോസ്റ്റിങ്, സോൾവെന്റ് എക്സ്ട്രാക്ഷൻ എന്നിവയാണ് അണ്ടിക്കറ തയ്യാറാക്കുന്ന വഴികൾ.

തോട്ടണ്ടി ചുട്ടെടുക്കുമ്പോൾ (ഡ്രം റോസ്റ്റിങ്ങിൽ) ഉയർന്ന ഊഷ്മാവ് ഉള്ളതുകൊണ്ട് അണ്ടിക്കറയുടെ ഗുണം തീരെ കുറഞ്ഞു

വിവിധതരം അണ്ടിക്കറ

പോകുന്നു. എന്നാൽ ഈ രീതിയിൽ ഉല്പാദിപ്പിക്കുന്ന പരിപ്പിന് രുചി കൂടുതലായിരിക്കും. എക്സ്പെല്ലറിൽ നിന്ന് ലഭിക്കുന്ന അണ്ടിക്കറ യിൽ പോളിമറൈസ്ഡ് അണ്ടിക്കറയുടെ അളവ് കുറവായിരിക്കും. സ്വേദ നത്തിന് (Evaporation) ശേഷമുള്ള സോൾവന്റ് എക്സ്ട്രാക്ഷൻ വഴി ലഭിക്കുന്ന അണ്ടിക്കറയിൽ ശുദ്ധ മോണോമറിന്റെ അളവ് ഗണ്യമായി കൂടിയിരിക്കും. വ്യാവസായിക മേഖല ആവശ്യപ്പെടുന്ന ഗുണം നല്കു വാൻ അത്യാധുനിക രീതികൾ അവലംബിച്ചാണ് അണ്ടിക്കറയിൽ നിന്നുള്ള വിവിധ ഉല്പന്നങ്ങൾ തയ്യാറാക്കുന്നത്. ഭക്ഷ്യവസ്തുക്കളിലും സൗന്ദര്യവർദ്ധകവസ്തുക്കളിലും ആന്റി ഓക്സിഡന്റായി ശുദ്ധ അനാ ക്കാർഡിക് അമ്ളം ഉപയോഗിച്ചു വരുന്നു. ആഗോളതലത്തിൽ തീവ്ര മായ ഗവേഷണം ഈ രംഗത്ത് നടന്നുവരുന്നു. വരുംകാലങ്ങളിൽ അണ്ടി ക്കറയ്ക്ക് ഗണ്യമായ ഡിമാന്റ് പ്രതീക്ഷിക്കുന്നു.

എക്സ്പെല്ലർ

പരിപ്പ് മാറ്റിയ കശുവണ്ടിത്തോട് ആട്ടി എണ്ണ എടുക്കുന്ന യന്ത്രമാണ് ചിത്രത്തിൽ. ഈ എണ്ണയ്ക്ക് വർദ്ധിച്ച വ്യാവസായിക പ്രാധാ ന്യമുണ്ട്. എണ്ണ ആട്ടി എടുത്ത ശേഷം കിട്ടുന്ന ചണ്ടി തീ കത്തിക്കാനും ചുടുകട്ട കമ്പനിയിൽ വിറകിന് പകരമായും ഉപയോഗിക്കുന്നു.

അണ്ടിക്കറയിൽനിന്നുള്ള പോളിമറുകൾ മുഖ്യമായും പ്രയോജന

പ്പെടുത്തുന്നത് ചുവടെ കൊടുത്തിരിക്കുന്ന മേഖലകളിലും ആവശ്യങ്ങളിലുമാണ്.

- പ്രതലങ്ങളിലെ പൂശൽ ആവശ്യത്തിന്.
- പശയെന്ന നിലയിൽ.
- തടി ലാമിനേറ്റ് ചെയ്യുന്നതിന്.
- ഇൻസുലേറ്റിങ് വാർണ്ണിഷ് ഉണ്ടാക്കാൻ.
- മൂശയിൽ വസ്തുക്കൾ നിർമ്മിച്ചെടുക്കുന്നതിന്.
- വാഹനങ്ങളിലെ ബ്രേക്കിംഗ് ലൈനറുകളിൽ ഘർഷണം വർദ്ധിപ്പിക്കുന്നതിന്.
- ക്ലച്ച് ഡിസ്കിലും ബ്രേക്ക് ലൈനിങ്ങിലും ഘർഷണം വർദ്ധിപ്പിക്കുന്നതിനുള്ള പൗഡർ നിർമ്മിക്കുന്നതിന്.
- ആസിഡ് പ്രതിരോധ പെയിന്റിംഗ് നിർമ്മാണത്തിൽ.
- ബോട്ടുകളിൽ ഉപയോഗിക്കുന്ന തടികൾ ചിതലരിക്കാതിരിക്കാൻ അണ്ടിക്കറ ഉപയോഗിക്കുന്നു.
- എക്സ്പെല്ലറിൽ നിന്നുള്ള തോടിന്റെ ചണ്ടി ഒരു മികച്ച ഇന്ധനമാണ്. ഇതിന്റെ കലോറിക മൂല്യം 4500–4800 കിലോ കലോറി പ്രതി കിലോഗ്രാം ആകുന്നു. ഗാസിഫെയറിൽ ഉപയോഗിച്ച് പ്രൊഡ്യൂസർ വാതകം ഉല്പാദിപ്പിക്കാനും ഉപയോഗിച്ചുവരുന്നു.

അണ്ടിക്കറ എക്സ്പെല്ലർ

- തുകൽ വ്യവസായത്തിൽ അത്യന്താപേക്ഷിതമായി ഉപയോഗിക്കുന്ന ഒന്നാണ് ടാനിൻ. ഇത് കശുവണ്ടിപ്പരിപ്പിന്റെ തോലിൽ (testa) നിന്നാണ് വേർതിരിച്ചെടുക്കുന്നത്. ഇത് വെള്ളത്തിൽ ലയിക്കുന്നതാണ്. നല്ല കടുപ്പമുള്ള ചായ കുടിക്കുമ്പോൾ ഒരുപക്ഷേ നാം രുചിക്കുന്നത് ടാനിൻ തന്നെ ആകാം. തേയിലയിൽ മായം ചേർക്കുന്നതിന് വ്യാപകമായി ഉപയോഗിക്കുന്ന ഒന്നാണ് ടാനിൻ.
- മരുന്ന് നിർമ്മാണത്തിൽ അറബി പശയ്ക്ക് പകരമായും ഉപയോഗിക്കുന്നു.
- വിമാനങ്ങളിൽ ഉപയോഗിക്കുന്ന മാഗ്നെറ്റോ ആർമേച്ചറുകളിലെ സ്നേഹക (Lubricant) മായും ഉപയോഗിച്ചുവരുന്നു.
- നാട്ടിൽ പ്രൈമറിന് പകരം അണ്ടിക്കറ പൂശാറുണ്ട്.
- ഓയിൽ പ്രൂഫായും ആസിഡ് പ്രൂഫായും അണ്ടിക്കറ പ്രയോജനപ്പെടുത്തി വരുന്നു.
- പ്രകൃതിദത്തമായ കീടനാശിനി ഉണ്ടാക്കാനും അണ്ടിക്കറ ആവശ്യമാണ്.
- ഒട്ടേറെ രോഗങ്ങൾക്കുള്ള ഒറ്റമൂലിയായി നൂറ്റാണ്ട് പഴക്കം കശുമാവ് ഉല്പന്നങ്ങൾക്കുണ്ട്.
- അണ്ടിക്കറയിൽനിന്ന് വേർതിരിച്ചെടുക്കാവുന്ന മരുന്നുകൾക്ക് അത്യാധുനിക യന്ത്രങ്ങളും ഉപകരണങ്ങളും പ്രയോജനപ്പെടുത്തിയുള്ള ഗവേഷണങ്ങൾ രാജ്യാന്തര തലങ്ങളിൽ മുന്നേറുന്നു.
- വിവിധ രാജ്യങ്ങളിൽനിന്നുള്ള ആവശ്യങ്ങൾ അഭൂതപൂർവ്വമായി വർദ്ധിച്ചുവരുന്നതായി ശാസ്ത്രജ്ഞനായ ശ്രീ. സി വിജയ്കുമാർ ലേഖകനോട് ഉത്സാഹപൂർവ്വം വെളിപ്പെടുത്തി. ഈ രംഗത്തെ ഒട്ടേറെ ഗവേഷണ പഠനസാദ്ധ്യതകൾ അദ്ദേഹം ചൂണ്ടിക്കാട്ടി.

7

ഗുണമേന്മയുടെ താക്കോൽ

ഗുണനിലവാരവും പരിസ്ഥിതി സംരക്ഷണവും എല്ലാ രംഗത്തുമെന്നപോലെ ഭക്ഷ്യവസ്തുക്കളിലും ഒഴിച്ചുകൂടാനാവാത്ത ഒന്നായി. ഈ രംഗത്ത്, പ്രത്യേകിച്ച് കശുവണ്ടി മേഖലയിൽ ദീർഘവീക്ഷണത്തോടെ അരനൂറ്റാണ്ടിൽ ഏറെയായി ശ്രദ്ധാപൂർവ്വം കർമ്മനിരതമായ, ഭാരത സർക്കാർ സാന്നിദ്ധ്യമാണ് സി ഇ പി സി വിളവെടുപ്പിൽ തുടങ്ങി തയ്യാറാക്കൽ പ്രക്രിയകളിലും പായ്ക്കിങ്ങിലും കയറ്റുമതിയിലും ശ്രദ്ധവയ്ക്കുന്നു. കാഷ്യു എക്സ്പോർട്ടേഴ്സ് പ്രമോഷൻ കൗൺസിൽ (സി ഇ പി സി) ഇക്കാര്യത്തിൽ അതീവ ജാഗ്രതയോടെ പ്രവർത്തിക്കുന്നു. 1955 ആഗസ്റ്റ് 17 ന് കേന്ദ്രസർക്കാർ തുടങ്ങിവച്ച സ്ഥാപനം ലക്ഷക്കണക്കിന് ജീവിതങ്ങളുടെ ഭാഗധേയം ഡോളർ ലഭ്യതയിൽ ഉറപ്പ് വരുത്തുന്നു. ഗുണനിലവാരം അതൊന്നുമാത്രം ലാക്കാക്കി കശുവണ്ടി കയറ്റുമതിയുടെ സമസ്തമേഖലകളിലും വെളിച്ചം വീശുന്ന സ്ഥാപനമാണ് സി ഇ പി സി.

ലാഭേച്ഛയില്ലാതെ കശുവണ്ടിപ്പരിപ്പും അണ്ടിക്കറയും കാർഡനോളും ബന്ധപ്പെട്ട ഉല്പന്നങ്ങളും ഗുണനിലവാരത്തോടെ കയറ്റി അയയ്ക്കാൻ വേണ്ടുന്ന സർവ്വതോമുഖ പ്രവർത്തനങ്ങൾക്ക് ചുക്കാൻ പിടിക്കാൻ സി ഇ പി സിയ്ക്ക് കഴിയുന്നുവെന്നത് വ്യവസായികൾക്കും ബന്ധപ്പെട്ടവർക്കും ആത്മവിശ്വാസവും ഉത്സാഹവും പകരുന്നു.

ഉല്പാദനത്തിലും ഗുണനിലവാരമുള്ള ഭക്ഷ്യവസ്തുക്കളുടെ കയറ്റി അയയ്ക്കലും ഉറപ്പുവരുത്തുവാൻ ഉതകുന്ന പരീക്ഷണശാലകളും സാങ്കേതിക വിഭാഗവും ആരംഭിച്ചത് 1995 ലാണ്. കശുവണ്ടി വ്യവസായത്തിന്റെ സിരാകേന്ദ്രമായ കൊല്ലത്ത് ആരംഭിച്ച പഠനഗവേഷണ സ്ഥാപനത്തിന് അന്താരാഷ്ട്ര നിലവാരവും അംഗീകാരവും ഉണ്ടെന്നത് ശ്രദ്ധേയമാണ്. ബിരുദ ബിരുദാനന്തര വിദ്യാർത്ഥികൾക്ക് ഏറ്റെടുത്ത് പൂർത്തി

യാക്കാൻ കഴിയുന്ന പ്രോജക്ടുകൾ സാക്ഷാത്ക്കരിക്കുകയാണ് വിദ്യാർത്ഥികൾക്ക് കിട്ടുന്ന മികച്ച നേട്ടം. അന്താരാഷ്ട്ര നിലവാരമുള്ള പരീക്ഷണശാലകളും അതിന് അനുസരിച്ചുള്ള ഉപകരണങ്ങളും കൊണ്ട് ആകർഷകമാണ് സ്ഥാപനം. സൂക്ഷ്മദർശിനി മുതൽ ഭക്ഷ്യപദാർത്ഥങ്ങളുടെ എല്ലാതലത്തിലുമുള്ള ഗുണനിലവാരം അളന്നുതിട്ടപ്പെടുത്തുവാൻ പോരുന്ന ഉപകരണ സമുച്ചയംതന്നെ ഇവിടെയുണ്ട്. വിവിധ ശാസ്ത്രശാഖകളിൽ വൈദഗ്ധ്യം ഉള്ളവർ ഇവിടെ ഒത്തൊരുമിച്ച് പഠന ഗവേഷണങ്ങളിൽ ഏർപ്പെട്ടിരിക്കുന്നു.

കശുവണ്ടിപ്പരിപ്പും അനുബന്ധ ഉല്പന്നങ്ങളുടെയും കയറ്റുമതി പ്രോത്സാഹിപ്പിക്കുന്നതിനായി സ്ഥാപിച്ചതാണ് സി ഇ പി സി. കശുവണ്ടിപ്പരിപ്പിനെയും അതിന്റെ ആഗോള വിപണിയെയും കുറിച്ച് പഠിച്ച് കയറ്റുമതി ഉയർത്തുന്നതിന് വേണ്ടുന്ന വിവരങ്ങൾ അംഗങ്ങളെ അറിയിക്കുന്നു. ലോക വിപണിയിൽ നിന്നുള്ള ആവശ്യങ്ങൾ അംഗങ്ങളുടെ ശ്രദ്ധയിൽ പെടുത്തുന്നു. വിപണിയിൽ വന്നു പോകുന്ന ഉല്പന്നങ്ങളുടെ സ്ഥിതിവിവരക്കണക്കുകൾ പ്രസിദ്ധീകരിക്കുന്നു. ഇന്ത്യൻ കശുവണ്ടിപ്പരിപ്പിന്റെ മേന്മ ആഗോളതലത്തിൽ പരസ്യപ്പെടുത്തുന്നു. കാഷ്യൂ ബുള്ളറ്റിൻ എന്ന മാസികയിൽ കശുവണ്ടിപ്പരിപ്പിന്റെയും അണ്ടിക്കറയുടെയും വിലനിലവാരം, വിപണിവിശേഷങ്ങൾ, വാർത്തകൾ, കയറ്റുമതി–ഇറക്കുമതി സ്ഥിതിവിവരക്കണക്കുകൾ, പോഷക ഗുണങ്ങൾ, ഗവേഷണ ഫലങ്ങൾ, പ്രദർശനങ്ങൾ, സെമിനാറുകൾ ഒക്കെ അച്ചടിച്ചുവരുന്നു.

ഡയറക്ടറി ഓഫ് ഇൻഡ്യൻ കാഷ്യൂ എക്സ്പോർട്ടേഴ്സിൽ കാഷ്യൂ ഗ്രേഡ്സ് സ്പെസിഫിക്കേഷൻ, സ്ഥിതിവിവര റിപ്പോർട്ടുകൾ, പാചക വിധി പുസ്തകങ്ങൾ കൂടാതെ കശുവണ്ടിപ്പരിപ്പും സി എൻ എസ് എൽ (CNSL) തുടങ്ങിയവയുടെയും കയറ്റുമതിയെ പ്രോത്സാഹിപ്പിക്കുന്ന വിവരണം സി ഇ പി സി പ്രസിദ്ധീകരിക്കുന്നുണ്ട്. ഡി എസ് ഐ ആറിന്റെയും സിറൊയുടെയും അംഗീകാരം ഇവിടത്തെ ലാബുകൾക്ക് ഉണ്ട്.

ഭക്ഷ്യപദാർത്ഥങ്ങളും പാനീയങ്ങളും പരിശോധിച്ച് ഗുണനിലവാരം ഉറപ്പാക്കാൻ കഴിയുന്നുവെന്നത് മുഖ്യപ്രവർത്തനമാണ്. മത്സ്യമാംസാദികളുടെയും ഫലവൃക്ഷങ്ങളുടെയും ധാന്യങ്ങളുടെയുമെല്ലാം ഗുണനിലവാരം പരിശോധിച്ച് ഉറപ്പ് വരുത്തുവാൻ കഴിയുന്നു. കാർഷിക–വ്യാവസായിക മേഖലകളുടെ അന്താരാഷ്ട്രരംഗത്തെ പിടിച്ചുനില്പിന് ഇത് അത്യന്താപേക്ഷിതമാണ്. ബ്യൂറോ ഓഫ് ഇന്ത്യൻ സ്റ്റാന്റേർഡ്സ് (BIS) പോലെയുള്ള സ്ഥാപനങ്ങൾ നിർദ്ദേശിക്കുന്ന ഗുണനിലവാരം ഉറപ്പിക്കാൻ പോരുന്ന പരീക്ഷണങ്ങൾ ഇവിടത്തെ മുഖ്യധാരാപ്രവർത്തനമാണ്. ഉദാഹരണമായി കുപ്പിയിൽ അടച്ചു ലഭിക്കുന്ന കുടിവെള്ളത്തിന്റെ ഗുണനിലവാരം പൂർണ്ണമായി രേഖപ്പെടുത്തിയിരിക്കുന്നത് IS14543 : 2004.

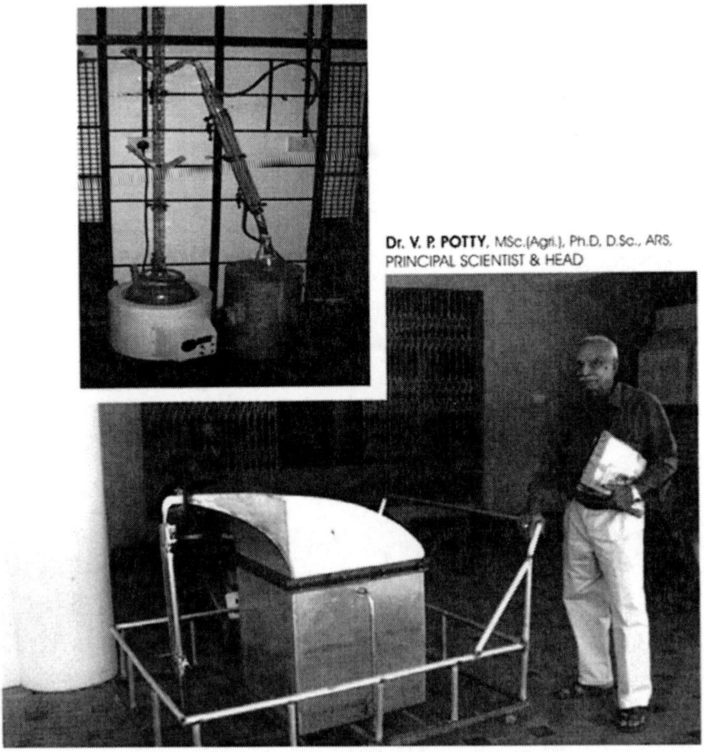

ജൈവ എഥനോൾ നിർമ്മാണത്തിനുള്ള യൂണിറ്റ്

ഗവേഷണം

ഭക്ഷ്യോല്പന്നങ്ങളുടെ ഗുണനിലവാരം പരിശോധിക്കുകയും സാക്ഷ്യപ്പെടുത്തുകയും ചെയ്യുന്നതുകൂടാതെ ഒട്ടേറെ ഗവേഷണ പദ്ധതികളും നടപ്പിലാക്കി വരുന്നു. "വാല്യു ചെയിൻ ഓൺ കാഷ്യു ഫൊർ ഡൊമസ്റ്റിക് ആന്റ് എക്സ്പോർട്ട് മാർക്കറ്റ്" നടപ്പിലിരിക്കുന്ന പദ്ധതിയാണ്. കശുമാങ്ങയിൽനിന്ന് വ്യാവസായികമായി ബയോ എത്തനോൾ എന്ന ഇന്ധനം വേർതിരിച്ചെടുക്കാനുള്ള ഗവേഷണം ശ്രദ്ധേയമായ ഒന്നാണ്.

ഭക്ഷ്യവസ്തുക്കൾ സംബന്ധിച്ചുള്ള പഠനങ്ങളുടെ പ്രബന്ധങ്ങളും ഗ്രന്ഥങ്ങളും ഉൾക്കൊള്ളുന്ന ബൃഹത്തായ ഗ്രന്ഥശാല ഗവേഷകർക്കും വിദ്യാർത്ഥികൾക്കും ഒരു മുതൽകൂട്ടാണ്.

പരിശീലനം

ഭക്ഷ്യവസ്തുക്കളുടെ മൈക്രോബയോളജിക്കൽ അപഗ്രഥനം,

സി ഇ പി സി, കൊല്ലം

രാസപഠനം, ജലത്തിന്റെ രാസപഠനം തുടങ്ങി ഒട്ടേറെ മേഖലകളിൽ വിദഗ്ധ പരിശീലനം സിഇപിസി നടത്തി വരുന്നു. മാനേജ്മെന്റ് ട്രെയിനിംഗ് എടുത്തു പറയേണ്ടതാണ്.

വിദഗ്ദ്ധോപദേശം

ഭക്ഷ്യസംസ്കരണ യൂണിറ്റുകളുടെ ആധുനികവല്ക്കരണം സംബന്ധിച്ച കാര്യങ്ങളിൽ വിദഗ്ദ്ധ സഹായം നൽകുന്നു.

സി ഇ പി സിയുടെ വിവിധ രംഗത്തെ സേവനങ്ങളെയും കശുവണ്ടി രംഗത്തെ ചില വെല്ലുവിളികളെയും കുറിച്ച് എക്സിക്യൂട്ടീവ് ഡയറക്ടറും സെക്രട്ടറിയുമായ ശ്രീ. കെ ശശിവർമ്മ വിശദീകരിച്ചു.

2013 ൽ നടന്ന 58–ാമത് വാർഷിക മീറ്റിങ്ങിൽ ഐക്യകണ്ഠേന തെരഞ്ഞെടുക്കപ്പെട്ട CEPC യുടെ ചെയർമാൻ ശ്രീ. ഷഹാൽ ഹസൻ മുസലിയാർ 7–ാം തവണയാണ് ഈ സ്ഥാനം വഹിക്കുന്നത്. അര നൂറ്റാ

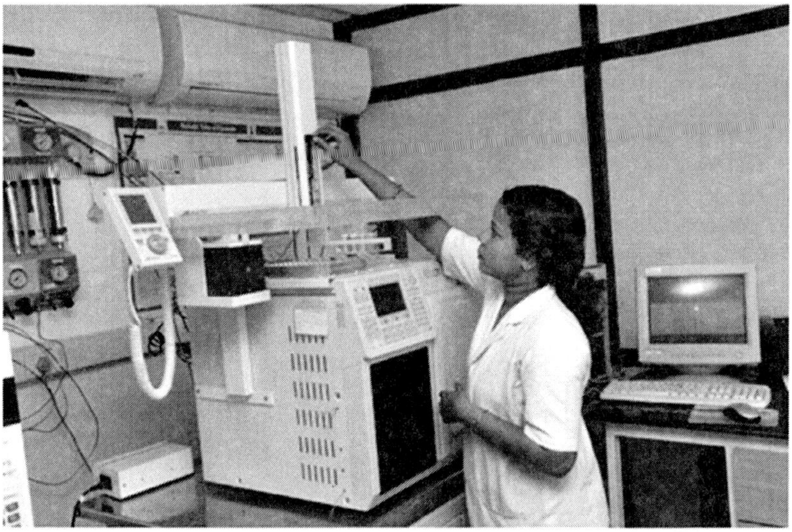

ഗ്യാസ് ക്രൊമറ്റോഗ്രാഫ്

ണ്ടായി അദ്ദേഹം അഡ്മിനിസ്ട്രേഷൻ കൗൺസിൽ അംഗമാണ്. കശുവണ്ടി വ്യവസായത്തിന്റെ ലോക തലസ്ഥാനമായി കൊല്ലം ദേശത്തെ ഉയർത്തിയതിൽ നിർണ്ണായക പങ്കുവഹിച്ച ശ്രീ. എ തങ്ങൾ കുഞ്ഞ് മുസലിയാരുടെ സീമന്തപുത്രനും TKM ട്രെസ്റ്റ് ചെയർമാനുമായ ഇദ്ദേഹം CEPC അമരക്കാരനായി ലോകരാജ്യങ്ങൾ സന്ദർശിച്ച് കശുവണ്ടി വിപണനത്തിന് ഒട്ടേറെ സാദ്ധ്യതകൾ പ്രയോജനപ്പെടുത്തുന്നതിൽ നിസ്തുലമായ സേവനം നല്കുന്നു.

കേരള സംസ്ഥാന കശുവണ്ടി വികസന കോർപ്പറേഷൻ (CDC)

ഏറ്റവും കൂടുതൽ കശുവണ്ടി സംസ്കരിച്ച് കയറ്റുമതി ചെയ്യുന്ന കേരളസർക്കാർ ഉടമസ്ഥതയിലുള്ള സ്ഥാപനമാണ് കേരള സംസ്ഥാന കശുവണ്ടി വികസന കോർപ്പറേഷൻ (CDC) . കശുവണ്ടിലോകത്തിന്റെ തലസ്ഥാനമായ കൊല്ലമാണ് CDC യുടെ ആസ്ഥാനം. 1969 ൽ ആരംഭിച്ച കോർപ്പറേഷന് ഇപ്പോൾ 30 കമ്പനികളും 25000 തൊഴിലാളികളും ഉണ്ട്. കശുവണ്ടി മേഖലയിലെ ചൂഷണത്തിനും അനാരോഗ്യകരമായ തൊഴിൽ സാഹചര്യങ്ങൾക്കുമെതിരെ പടപൊരുതിയാണ് ഒരു മാതൃക സ്ഥാപനമായി കാഷ്യു കോർപ്പറേഷൻ ഉയിർകൊണ്ടത്. ഏകദേശം 210 മെട്രിക് ടൺ തോട്ടണ്ടി ദിവസവും സംസ്കരിച്ചെടുക്കാനുള്ള ശേഷി കശുവണ്ടി കോർപ്പറേഷനുണ്ട്. വിറ്റുവരവിന്റെ 80 ശതമാനവും വിദേശനാണ്യമാണ്.

കശുവണ്ടിപ്പരിപ്പ് 5 വകഭേദങ്ങളിൽ മാർക്കറ്റിലെത്തിക്കുന്നു. കാഷ്യൂ വിറ്റാ, കാഷ്യൂ ബിറ്റ്സ്, കാഷ്യൂ സൂപ്പ്, കാഷ്യൂ പൗഡർ എന്നിവയാണവ. വർഷങ്ങളോളം നീണ്ട ഗവേഷണ ഫലങ്ങളാണ് ഈ ഉല്പന്നങ്ങൾ. ഉള്ളിൽ കശുവണ്ടിപ്പരിപ്പുള്ള ചോക്ലേറ്റ് വിപണിയിൽ എത്തിക്കാൻ ഒരുങ്ങുകയാണ് CDC.

8

കശുവണ്ടിപ്പരിപ്പ് കയറ്റുമതി

തോട്ടണ്ടി ഉല്പാദനത്തിൽ ലോകത്ത് ഒന്നാം സ്ഥാനം ഇന്ത്യയ്ക്കാണ്. കയറ്റുമതിയിൽ രണ്ടാം സ്ഥാനവും. 2012–2013 ൽ 100105 മെട്രിക് ടൺ കശുവണ്ടിപ്പരിപ്പ് 4046 കോടി രൂപയ്ക്ക് കയറ്റി അയച്ചു. തലേവർഷത്തെ അപേക്ഷിച്ച് 24 ശതമാനം കുറവുണ്ടായി. അമേരിക്ക, യു എ ഇ, നെതർലാന്റ്, ജപ്പാൻ, സൗദി അറേബ്യ, ഫ്രാൻസ്, യു കെ, സ്പെയിൻ, ജർമ്മനി എന്നീ രാജ്യങ്ങളാണ് വാങ്ങിയത്. ഇതേ കാലയളവിൽ 9192 ടൺ അണ്ടിക്കറ 30 കോടി രൂപയ്ക്ക് കയറ്റി അയച്ചു. ഇതിലും 32% കുറവുണ്ടായി.

2012–2013 ൽ ഇന്ത്യയിൽ ഉല്പാദിപ്പിച്ചത് ആറേമുക്കാൽ ലക്ഷം ടൺ തോട്ടണ്ടി ആയിരുന്നു. 8 ലക്ഷം തോട്ടണ്ടി 5300 കോടി രൂപയ്ക്ക് ഐവറികോസ്റ്റ്, ബെനിൻ, ടാൻസാനിയ, ഘാന, ഇന്തോനേഷ്യ, ഗിനി ബിസോ എന്നീ രാജ്യങ്ങളിൽ നിന്ന് ഇറക്കുമതി ചെയ്തു. കിലോയ്ക്ക് ശരാശരി 60 രൂപ നിരക്കിൽ ആയിരുന്നു ഇറക്കുമതി.

2002 വരെ ഏകദേശം ഒരു നൂറ്റാണ്ടുകാലം ലോക-കശുവണ്ടി വ്യവസായത്തിന്റെ ലീഡർ സ്ഥാനം ഇന്ത്യക്കായിരുന്നു. ഈ സ്ഥാനത്ത് ഇപ്പോൾ വിയറ്റ്നാമാണ്. കശുവണ്ടി ഉല്പാദനത്തിൽ ഇന്ത്യയിൽ ഒന്നാം സ്ഥാനം മഹാരാഷ്ട്രയ്ക്കാണ്. രണ്ടും മൂന്നും സ്ഥാനങ്ങൾ ആന്ധ്രപ്രദേശിനും ഒറീസയ്ക്കും ഉണ്ട്. ഏകദേശം ഒരു നൂറ്റാണ്ട് നീളുന്ന പാരമ്പര്യം ഇന്ത്യയുടെ കശുവണ്ടിപ്പരിപ്പ് കയറ്റുമതിയ്ക്കുണ്ട്. ഏറിയ കാലവും കയറ്റുമതിയിലും സംസ്കരണത്തിലും കുത്തക ഇന്ത്യയ്ക്ക് തന്നെയായിരുന്നു.

ആരംഭം മുതലേ ഇന്ത്യയിൽ കശുവണ്ടി വ്യവസായം കയറ്റുമതിയെ ലാക്കാക്കി വളർത്തി എടുത്തതാണ്. പ്രാരംഭത്തിൽ തന്നെ കയറ്റു

മതി ലക്ഷ്യമാക്കി വ്യവസായം സ്ഥാപിതമായതുകൊണ്ട് ലോകകമ്പോളത്തിൽ മറ്റുരാജ്യങ്ങളെ പിന്തള്ളി ലീഡർ സ്ഥാനം കൈവരിക്കാൻ ഭാരതത്തിന് കഴിഞ്ഞു. കശുവണ്ടിപ്പരിപ്പിന്റെ ലോകനിലവാരവും വിലയും നിർണ്ണയിച്ചിരുന്നത് ഭാരതമായിരുന്നു. ഗുണത്തിലും രുചിയിലും സംസ്കരണത്തിന്റെ മേന്മയിലും ഭാരതത്തിന്റെ മേൽക്കോയ്മ ലോകം അംഗീകരിച്ചിരുന്നു.

ഇരുപതാം നൂറ്റാണ്ടിന്റെ തുടക്കത്തിൽ തൊലി കളയാത്ത കശുവണ്ടിപ്പരിപ്പ് പഴയ കടലാസ് വിരിച്ച്, മാവിൻ പലകകളോ പീഞ്ഞ പലകകളോ കൊണ്ടുണ്ടാക്കിയ പെട്ടികളിലാക്കി അമേരിക്കയിലേക്കും ഇംഗ്ലണ്ടിലേക്കും ഫ്രാൻസിലേക്കും കയറ്റി അയച്ചിരുന്നു. അക്കാലത്ത് തരംതിരിക്കലോ ഗുണനിലവാര നിയന്ത്രണമോ പരിശോധനയോ ഒന്നും തന്നെ ഉണ്ടായിരുന്നില്ല. തൊലി കളയാതെ വെയിലത്തിട്ട് ഉണങ്ങിയ പരിപ്പിൽ നിന്നും ഒട്ടും കൊള്ളാത്തവയെ മാറ്റിയാൽ ബാക്കിയുള്ളവ കയറ്റി അയക്കാവുന്നതായിരുന്നു. തുടർച്ചയായി കശുവണ്ടി കയറ്റുമതി ആരംഭിച്ചത് 1928 ൽ ആണെങ്കിലും, 1905 ൽ തന്നെ കൊച്ചിയിൽ നിന്നും അമേരിക്കയിലേക്ക് ചെറിയ തോതിൽ കശുവണ്ടിപ്പരിപ്പ് കപ്പൽമാർഗ്ഗം കയറ്റി അയച്ചിരുന്നു. 1975 വരെ ലോകത്തിന് വേണ്ടുന്ന കശുവണ്ടിയുടെ മൂന്നിൽ രണ്ടുഭാഗവും ഭാരതത്തിൽ നിന്നായിരുന്നു. 75 ന് ശേഷം തോട്ടണ്ടി കൂടുതലായി ഇറക്കുമതി ആരംഭിച്ചു. 47 മുതൽ 78 വരെയുള്ള കാലഘട്ടത്തിൽ ഏകദേശം 4 % വാർഷിക വരുമാന നിരക്ക് രേഖപ്പെടുത്തി.

ഈ നൂറ്റാണ്ടിന്റെ മൂന്നാം ദശകത്തോടുകൂടി ആദ്യമായി കശുവണ്ടിപ്പരിപ്പ് കാർബൺ ഡൈഓക്സൈഡ് നിറച്ച ടിന്നുകളിലാക്കി കയറ്റി അയച്ചുതുടങ്ങി. ഇതുമൂലം യാത്രാമദ്ധ്യേയുള്ള ഈർപ്പം പിടിക്കലും കീടബാധയും ഒഴിവാക്കാമെന്നും പരിപ്പിന്റെ ഗുണം നഷ്ടപ്പെടാതെ കൂടുതൽ നാളുകൾ സൂക്ഷിക്കാമെന്നും കണ്ടെത്തി. ഇതോടുകൂടി ലോകത്തിന്റെ വിവിധ ഭാഗങ്ങളിലേക്ക് വൻതോതിലുള്ള കയറ്റുമതി സാദ്ധ്യമായിത്തീർന്നു.

1920 കളിലും 30 കളിലും സാവധാനത്തിലാണെങ്കിലും ക്രമേണ വർദ്ധിച്ചുവന്ന കയറ്റുമതിയ്ക്ക് രണ്ടാം ലോക മഹായുദ്ധകാലത്ത് അല്പം ക്ഷീണം തട്ടി. എന്നാൽ യുദ്ധം അവസാനിച്ചതോടുകൂടി കയറ്റുമതി വീണ്ടും സജീവമായി. 1923 ൽ 54 ടൺ കശുവണ്ടിപ്പരിപ്പ് കയറ്റി അയച്ചിരുന്ന സ്ഥാനത്ത് 1930 ൽ കയറ്റുമതി 2300 ടണ്ണായും 1939 ൽ 13500 ടണ്ണായും ഉയർന്നു. രണ്ടാം ലോകമഹായുദ്ധം കഴിഞ്ഞുള്ള 20 വർഷത്തിൽ ഇന്ത്യയിൽ നിന്നുള്ള ശരാശരി കയറ്റുമതി ഏതാണ്ട് 20000 ടൺ ആയിരുന്നപ്പോൾ, 1960 മുതൽ 90 വരെയുള്ള 30 വർഷത്തിൽ ശരാശരി കയറ്റുമതി 46000 ടൺ ആയിരുന്നു. 1994 –95 സാമ്പത്തിക വർഷത്തിൽ 77000 ടൺ കയറ്റി അയച്ച് ഒരു സർവ്വകാല റെക്കോർഡ് നേടി. ഈ വർഷത്തിൽ ആകെയുള്ള കയറ്റുമതി വരുമാനത്തിന്റെ ഒന്നര ശതമാനം കശുവണ്ടിപ്പരിപ്പിൽ നിന്നായിരുന്നു.

മൊത്തം കയറ്റുമതിയുടെ 39% വിയറ്റ്നാമിന്റേതാണ്. കഴിഞ്ഞ 5 വർഷമായി അവർ ഈ സ്ഥാനം നിലനിർത്തുന്നു. 30 ശതമാനം വിഹിതത്തോടുകൂടി ഇന്ത്യ രണ്ടാം സ്ഥാനത്തും 10 ശതമാനം വിഹിതത്തിൽ ബ്രസീലും നില്ക്കുന്നു. നെതർലാന്റ് (6%), ടാൻസാനിയ (3%) ജർമ്മനി (1%) മറ്റുരാജ്യങ്ങളെല്ലാം കൂടി 11 % വിഹിതം കയറ്റി അയയ്ക്കുന്നു.

വിയറ്റ്നാം ഒന്നാമത്

1200 മില്യൺ ഡോളർ പ്രതിവർഷവരുമാനം. 26% വളർച്ച.

ലോകകമ്പോളത്തിൽ എത്തുന്നതിൽ 39 ശതമാനവും വിയറ്റ്നാം കശുവണ്ടിപ്പരിപ്പാണ്. രണ്ട് ലക്ഷം ടൺ കശുവണ്ടിപ്പരിപ്പാണ് വിയറ്റ്നാം വിപണിയിൽ എത്തിക്കുന്നത്. അമേരിക്ക, യൂറോപ്യൻ യൂണിയൻ, ചൈന, ഹോങ്കോങ്ങ്, കാനഡ തുടങ്ങി 40 ഓളം രാജ്യങ്ങളിൽ വിയറ്റ്നാം കശുവണ്ടിപ്പരിപ്പ് എത്തിച്ചേരുന്നു. ഒട്ടുമിക്ക സ്ഥലങ്ങളിലും കൂടുതൽ വിള തരുന്ന ഇനങ്ങളായിരുന്നില്ല കൃഷി ചെയ്തിരുന്നത്. അടുത്ത കാലത്തായി ആസ്ത്രേലിയയിൽ നിന്നുള്ള മുന്തിയ ഇനം കശുമാവ് തൈകൾ വെച്ച് പിടിപ്പിച്ച് കൂടുതൽ വിള ലഭ്യമാക്കാൻ ശ്രദ്ധിച്ചുവരുന്നു.

ആവശ്യമുള്ളതിന്റെ 47 ശതമാനം മാത്രമാണ് സ്വന്തം നാട്ടിൽ ലഭിക്കുന്നത്. ഒരു ലക്ഷത്തിലധികം തോട്ടണ്ടി ഇറക്കുമതി ചെയ്താണ് സംസ്കരിക്കുന്നത്. വ്യാപാരത്തിലെ കാപട്യങ്ങൾ, കമ്പോളത്തെ ഉപയുക്തമാക്കുന്നതിലെ പരാജയം, ഉല്പാദന–സംസ്കരണ അപാകതകൾ, തൊഴിലാളികളുടെ കുറഞ്ഞ വേതനം തുടങ്ങി ഒട്ടേറെ പ്രശ്നങ്ങൾ നേരിടുന്നു. വിയറ്റ്നാമിലെ സമാന മേഖലകളിൽ പ്രവർത്തിക്കുന്നവർക്ക് ലഭിക്കുന്ന വേതനത്തിന്റെ പകുതി മാത്രമാണ് കശുവണ്ടി മേഖലയിൽ പ്രവർത്തിക്കുന്നവർക്ക് ലഭിക്കുക. ഇവിടെ നിന്നും വൻതോതിൽ മറ്റു രാജ്യങ്ങൾ കശുവണ്ടി വാങ്ങിക്കൊണ്ട് പോകുന്നത് ഇവിടുത്തെ ചെറുകിട സംരംഭങ്ങൾക്ക് തിരിച്ചടിയാകാറുണ്ട്. 2010 ൽ ഏകദേശം 700 ദശലക്ഷം ടൺ അമേരിക്കൻ ഡോളർ വിയറ്റ്നാമിന് നേടിക്കൊടുത്തു. കശുവണ്ടി കൃഷിയും അനുബന്ധ വ്യവസായവും ശക്തിപ്പെടുത്തുന്നതിനുള്ള തീവ്രമായ ശ്രമങ്ങൾ ആരംഭിച്ചിട്ടുണ്ട്.

ഭാരതത്തിൽ തുടക്കത്തിൽ തന്നെ കശുവണ്ടി വ്യവസായം കയറ്റുമതി ലാക്കാക്കിയാണ് വികസിച്ചത്. ഇത്തരമൊരു ശ്രമം വിയറ്റ്നാമിൽ തുടങ്ങിയിട്ട് അധിക കാലം ആയില്ല. എങ്കിലും വളരെക്കുറച്ച് സമയം കൊണ്ട് ലോക കശുവണ്ടിക്കമ്പോളത്തിൽ വിയറ്റ്നാമിന് നിർണ്ണായക സ്ഥാനമായി.

ഗുണമേന്മ തീരെയില്ലാത്ത കശുവണ്ടിപ്പരിപ്പ് ആയിരുന്നു വിയറ്റ്നാമിന്റേത്. ഭാരത–വിയറ്റ്നാം സർക്കാരുകളുടെ സഹകരണത്തിൽ ഡോ. KVA ബാവപ്പയെ വിയറ്റ്നാമിലേക്ക് അയച്ചു. അദ്ദേഹത്തിന്റെ ആശ്രാന്തപരിശ്രമത്തിന്റെ ഭാഗമായി കശുമാവ് കൃഷിയുടെ ഗുണനിലവാരം ഉയരുകയും ഗുണമേന്മയുള്ള കശുവണ്ടി ഉല്പാദനം സാദ്ധ്യമാകുകയും ചെയ്തു. ഇത് സംസ്കരണത്തിന്റെ പുതിയ പടവുകൾ കയറാൻ

ഇന്ത്യയിൽ നിന്നുള്ള പരിപ്പ് കയറ്റുമതി

വർഷം	അളവ്	മൂല്യം	ഡട ഡോളറിൽ
	മെട്രിക് ടൺ	രൂപ കോടിയിൽ	ദശലക്ഷം ഡോളർ
2010-2011	105755	2819.39	619
2011-2012	130869	4383.82	916
2012-2013	100105	4046.23	747

Source : DGCI&S, Kolkatta

സി ഇ പി സി, കൊച്ചി
തോട്ടണ്ടി ഉല്പാദനം വിവിധ രാജ്യങ്ങളിൽ

Countries	2008 M.T.	2009 M.T.	2010 M.T.	2011 M.T.	2012 M.T.
India	665000	613000	653000	692000	674000
Ivory Coast	299880	336000	300000	400000	460000
Vietnam	315000	231000	285716	300002	264810
Guinea Bissau	99960	105000	94000	190000	176400
Tanzania	99960	79800	76000	149999	13000
Nigeria	79800	75600	72000	80002	80000
Brazil	262500	273600	125000	240000	79200
Indonesia	123900	100800	64000	70001	70000
Mozambique	65100	95577	62000	44999	60900
Kenya	5040	N.A	7600	10000	12000
Thaliland	4620	N.A	4400	N.A	N.A
Others	240520	209580	152600	161004	274100
Total	22,61,280	22,01,957	18,96,316	23,38,006	21,64,410

Source : INC, Spain &DCCD,Kochi

MT :മെട്രിക് ടൺ

സി ഇ പി സി, കൊച്ചി
വിവിധ രാജ്യങ്ങളിലെ കശുവണ്ടിപ്പരിപ്പ് കയറ്റുമതി

Countries/ Year	2008 M.T	% Share	2009 M.T	% Share	2010 M.T	% Share	2011 M.T	% Share	2012 M.T
India	112113	31.04	107496	26.79	94347	21.34	134034	31.78	105729
Vietnam	137696	38.12	174182	43.41	183221	41.45	165339	39.20	207533

Brazil	35410	9.80	47765	11.91	42177	9.54	26285	6.23	NA
Indonesia	10094	2.79	----		6756	1.53	3697	0.88	NA
Kenya	6999	1.94	3801	0.95	1031	0.23	----	----	NA
Mozambique	3207	0.89	----		2262	0.51	----	----	NA
Thailand	103	0.03	41	0.01	43	0.01	30	0.01	NA
Tanzania	----	----	4876	1.22	30209	6.83	17161	4.07	NA
Others	55606	15.39	63043	15.71	82350	18.63	103621	24.57	NA
Total	361228		401204		442396		450167	106.73	313262

Source : INC, Spain & DGCI&S, Kolkatta

സി ഇ പി സി, കൊച്ചി
വിവിധ സംസ്ഥാനങ്ങളിലെ കശുമാവ് കൃഷിത്തോട്ടങ്ങളുടെ വിസ്തൃതിയും ഉല്പാദനവും

A = Area in ha. P=Production in M.T.

STATES	2007-2008			2008-2009			2009-2010			2010-2011			2011-12		
	A	P	% Share of P	A	P	% Share of P	A	P	% Share of P	A	P	% Share of P	A	P	% Share of P
MAHARASHTRA	164000	197000	29.62	170000	225000	32.37	175000	198000	32.30	181000	208000	31.85	163000	223000	32.23
ANDHRA PRADESH	171000	99000	14.89	182000	112000	16.12	183000	99000	16.15	183000	107000	16.39	184000	110000	15.90
ORISSA	125000	84000	12.63	137000	95000	13.67	143000	84000	13.70	149000	91000	13.94	158000	97000	14.02
KERALA	80000	72000	10.83	70000	75000	10.79	72000	66000	10.77	78000	71000	10.87	83000	73000	10.55
TAMILNADU	123000	60000	9.02	131000	68000	9.78	133000	60000	9.79	135000	65000	9.95	136000	68000	9.83
KARNATAKA	102000	52000	7.82	107000	60000	8.63	118000	53000	8.65	119000	57000	8.73	121000	60000	8.67
GOA	55000	29000	4.36	55000	30000	4.32	55000	26000	4.24	56000	24000	3.68	58000	25000	3.61
WEST BENGAL	10000	10000	1.50	11000	11000	1.58	11000	10000	1.63	11000	11000	1.68	—	—	—
JHARKHAND	—	—	—	—	—	—	—	—	—	—	—	—	20000	5000	0.72
OTHERS	24000	17000	2.56	30000	19000	2.73	33000	17000	2.77	33000	19000	2.91	48000	31000	4.48
TOTAL	854000	620000	93.23	893000	695000	100.00	923000	613000	100.00	945000	653000	100.00	991000	692000	100.00

Source : Directorate of Cashewnut & Cocoa Development, Cochin

സി ഇ പി സി, കൊച്ചി
2007–2012 വർഷങ്ങളിലെ തോട്ടണ്ടി ഇറക്കുമതി

Countries	2007-2008		2008-2009		2009-2010		2010-2011		2011-2012	
	QTY (M.T)	VALUE (Rs.Crs)	QTY (M.T)	VALUE (Rs.Crs)	QTY (M.T)	VALUE (Rs.Crs)	QTY (M.T)	VALUE (Rs.Crs)	QTY (M.T)	VALUE (Rs.Crs)
Ivory Coast	205407	485.16	211724	833.74	238179	797.67	178746	701.25	181282	1058.45
Guinea Bissau	98056	256.66	89691	467.91	133994	574.29	52259	268.67	136383	1046.20
Ghana	30610	74.68	41568	153.99	50061	171.88	50783	202.38	128361	787.62
Benin	57982	165.22	84033	336.18	114955	451.28	81740	356.99	122301	791.37
Tanzania	79109	338.47	61127	298.66	51825	299.50	93018	713.75	59563	442.18
Indonesia	40659	161.37	45450	231.94	47821	264.59	7437	51.28	40244	324.41
Ghambia	21662	54.12	23449	112.57	34271	140.86	12219	63.42	25144	173.00
Guinea	8937	20.90	11939	48.47	17534	65.55	7672	34.26	23393	140.57
Mozambique	26489	101.83	10481	44.76	25787	127.26	20191	129.57	20066	124.90
Senegal	10064	24.71	4562	21.78	15751	62.22	6400	31.32	18377	114.61
Nigeria	18991	39.91	13206	47.91	15846	51.59	6742	24.79	10293	62.31
Burkinafaso	0	0.00	33	0.16	0	0.00	0	0.00	9933	57.21
Togo	122	0.36	384	1.48	413	1.46	32	0.13	4698	28.80
Mali	0	0.00	0	0.00	0	0.00	1102	3.19	2246	11.56
Myanmar	0	0	0	0	48	0.26	0	0.00	1163	5.58
Madagascar	171	0.56	268	0.72	125	0.50	943	2.90	1068	5.86
Others	7727.61	22.882	7935	32.14	6244.87	28.439	10446	65.66	24856	163.13
Total	605985	1746.84	605850	2632.41	752854	3037.35	529730	2649.56	809371	5337.76

Source : DGCI&S, Kolkata

സി ഇ പി സി, കൊച്ചി
2007–2012 വർഷങ്ങളിലെ വിവിധ രാജ്യങ്ങളിൽ നിന്നുള്ള കശുവണ്ടിപ്പരിപ്പ് കയറ്റുമതി

Countries	2007-2008		2008-2009		2009-2010*		2010-2011*		2011-2012*	
	QTY (M.T)	VALUE (Rs.Crs)	QTY (M.T)	VALUE (Rs.Crs)	QTY (M.T)	VALUE (Rs.Crs)	QTY (M.T)	VALUE (Rs.Crs)	QTY (M.T)	VALUE (Rs.Crs)
U.S.A	42694	838.35	36565	975.69	32540	765.29	35236	911.31	47611	1470.5
U.A.E	12692	275.68	14100	388.86	19727	494.19	12295	393.31	14173	606.11
Netherlands	13627	256.27	13608	371.48	10498	258.43	11178	289.02	11517	365.57
Japan	5114	106.52	4908	145.16	5896	155.37	5944	159.16	7054	237.45
Saudi Arabia	3422	70.02	3278	88.42	4030	95.29	3386	107.53	5136	207.01
U.K	3758	78.39	3495	91.21	5212	108.89	2798	71.76	3717	109.45
France	4033	75.51	3843	104.1	3695	95.01	3623	90.12	3461	109.1
Spain	2831	58.73	2434	68.64	3274	72.48	2634	69.14	3397	111.45
Germany	1705	32.36	1479	38.28	1447	35.28	1739	41.54	2813	90.386
Belgium	2387	46.18	2379	64.85	3663	79.26	2986	72.47	2463	85.247
Singapore	395	8.55	1141	31.13	1418	33.94	1692	41.31	1892	57.513
Italy	636	12.87	991	27.66	654	17.55	1194	29.11	1771	55.758
Greece	1867	40.20	1852	53.32	2285	59.74	1311	35.36	1496	50.907
Thailand	174	4.10	778	19.32	949	23.36	733	21.57	1477	46.93
Australia	2848	52.57	2118	54.84	1491	31.41	1356	32.70	1408	44.983
Russia	873	14.34	0	0	702	12.8	484	13.53	1378	40.881
Canada	659	12.68	752	19.79	1138	13.24	678	16.53	1226	35.878
Kuwait	812	18.55	1138	34.43	1198	30.19	1001	31.19	1147	50.257
Egypt	1058	22.63	1381	39.31	2030	53.56	1184	37.72	1137	50.604
Algeria	124	2.58	617	16.31	285	7.16	221	6.33	1055	42.148
Turkey	819	17.53	1108	32.03	1356	33.81	1346	36.56	1051	28.844
Korea Rep.	742	15.88	725	21.09	1018	22.59	717	20.25	992	34.925
Jordan	1019	21.99	1113	32.30	1120	31.23	1093	31.07	867	36.706
Norway	1064	20.85	1143	29.74	1361	31.67	727	19.09	844	26.043
Syrian Arab Rep	1470	31.32	1622	47.89	1046	28.27	850	25.87	822	33.839
Hongkong	695	15.55	806	23.86	453	13.42	530	15.14	823	26.072
Others	6831	138.83	6148	168.69	9505	198.17	8819	220.71	11032	336.16
Total	114345	2289.02	109522	2988.40	117991	2801.60	105755	2819.39	131760	4390.7

Source : Various Custom Houses , *: DGCI&S, Kolkatta

9

കേരള സംസ്ഥാന കശുമാവ് കൃഷി വികസന ഏജൻസി

ഏകദേശം 800 കശുവണ്ടി സംസ്കരണ യൂണിറ്റുകൾ കേരളത്തിലുണ്ട്. ആഗോള രംഗത്ത് വലിയ വെല്ലുവിളികൾ നേരിടുന്ന ഈ വ്യവസായം കേരളത്തിൽ നേരിടുന്നത് മുഖ്യമായും തോട്ടണ്ടിയുടെ ദൗർലഭ്യമാണ്. വിദേശ രാജ്യങ്ങളെ ആശ്രയിച്ചു മാത്രമാണ് ഇവിടെ ഈ വ്യവസായം നിലച്ചുപോകാതിരിക്കുന്നത്. മറ്റു ധാന്യവിളകൾക്കായി വഴിമാറിയതുവഴി കശുമാവ് കൃഷിയിടങ്ങൾ കുറഞ്ഞുവന്നത് ശ്രദ്ധേയമാണ്. ഇത്തരമൊരു സാഹചര്യം അതിജീവിക്കുന്നതിനാണ് 2007 ൽ കേരള സംസ്ഥാന കശുമാവ് കൃഷി വികസന ഏജൻസി (KSACC) ആരംഭിച്ചത്. കശുമാവ് കൃഷിയ്ക്ക് ഏറെ ഇടങ്ങൾ കണ്ടെത്തുകയും അത്യുല്പാദന ശേഷിയുള്ള തൈകൾ നട്ടുപിടിപ്പിച്ചും നാട്ടിലുള്ള സംസ്കരണ യൂണിറ്റുകൾക്കുള്ള തോട്ടണ്ടി ലഭ്യമാക്കുക എന്നതാണ് ഈ ഏജൻസിയുടെ പ്രഖ്യാപിത ലക്ഷ്യം.

പ്രതിവർഷം 65000 മെട്രിക് ടൺ എന്ന ഉല്പാദന ശേഷിയിൽ നിന്നും ഒന്നരലക്ഷം മെട്രിക് ടൺ ആയി ഉയർത്തുക എന്നതാണ് ലക്ഷ്യമിടുന്നത്. കേരള കാർഷിക ഗവേഷണകേന്ദ്രവും അനുബന്ധസ്ഥാപനങ്ങളും വികസിപ്പിച്ചെടുത്ത കൂടുതൽ ഫലം ലഭിക്കുന്ന തൈകൾ കർഷകരും പൊതുജനങ്ങളും നട്ടുപിടിപ്പിച്ച് ഉല്പാദനം ഉയർത്തുക എന്ന തീവ്രയജ്ഞപരിപാടിയാണ് ഏജൻസി ഏറ്റെടുത്തിട്ടുള്ളത്. ഓരോ ജില്ലകൾക്കും ഒരു ഫീൽഡ് ഓഫീസറും രണ്ട് മേഖലകൾക്കായി രണ്ട് മേഖലാ കോർഡിനേറ്ററും ഉണ്ട്. സംസ്ഥാന തലത്തിലായി ഒരു സ്പെഷ്യൽ ഓഫീസർ ചെയർമാനായും കൂടാതെ ഗവേണിങ് ബോഡിയിൽ വിവിധ ട്രേഡ് യൂണിയൻ പ്രതിനിധികളും ഗവൺമെന്റ് ഉദ്യോഗസ്ഥരും ഉണ്ടായിരുന്നതാണ്.

2008 – 09 കാലയളവിൽ KSACC ഏകദേശം 130000 പുതിയ ഇനം കശുമാവ് തൈകൾ വിതരണം ചെയ്തു. കേരള കാർഷിക സർവ്വകലാ

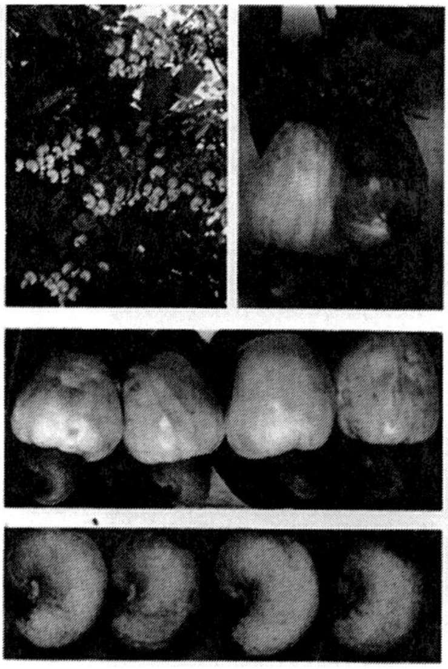

മാടക്കത്തറ–1

കനക

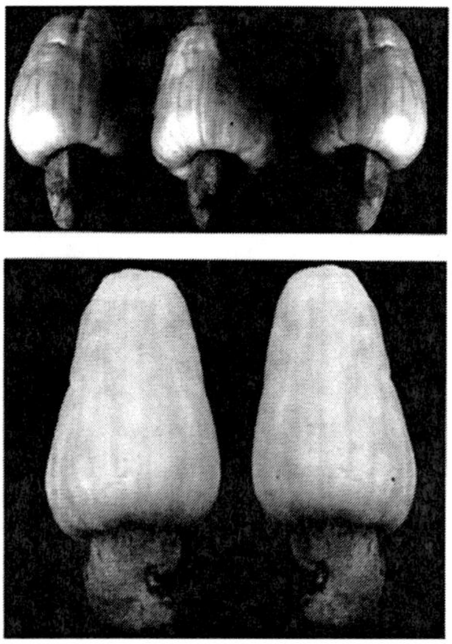

അക്ഷയ

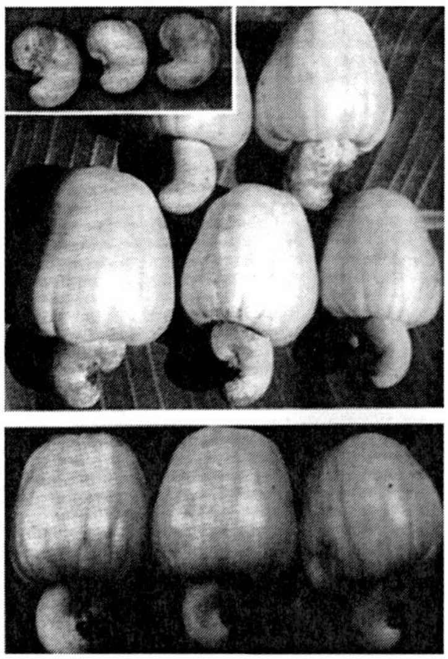

അമൃത

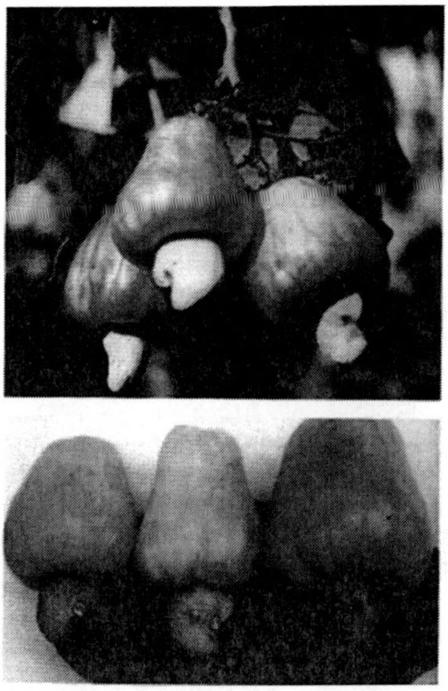

കെ–22–1

ധന

വൃദ്ധാചലം–3

സുലഭ

ശാലയും കൃഷിവകുപ്പ് തുടങ്ങിയ സ്ഥാപങ്ങളുടെ നഴ്സറികളിലും വികസിപ്പിച്ചെടുത്തതാണ് ഇവ. ഒരു തൈയ്ക്ക് 100 രൂപയും മൂന്ന് ഘട്ടങ്ങളിലായി നല്കുകയുണ്ടായി.

നാഷണൽ ഹോർട്ടികൾച്ചർ മിഷന് ഏജൻസി സമർപ്പിച്ച 'കേരളത്തിലെ സുസ്ഥിര കശുവണ്ടി ഉല്പാദനം' എന്ന പ്രോജക്ട് അംഗീകരിക്കുകയും ഏകദേശം 6 കോടി രൂപ ഈ ഇനത്തിൽ 4 വർഷത്തേക്ക് ചെലവിനായി അനുവദിക്കുകയും ചെയ്തു. കശുവണ്ടി വികസനത്തിന്റെ നോഡൽ ഏജൻസിയായി KSACC യെ നിയോഗിക്കുകയും ചെയ്തു. പ്രോജക്ട് നിർവ്വഹണത്തിൽ സംസ്ഥാന കൃഷിവകുപ്പ്, വനം വകുപ്പ്, തദ്ദേശസ്വയംഭരണ സ്ഥാപനങ്ങൾ, സംസ്ഥാന ഹോർട്ടികൾച്ചർ മിഷൻ, കൊക്കോ, കശുവണ്ടി വികസന ഡയറക്ടറേറ്റ് എന്നീ സ്ഥാപനങ്ങളെ മേൽനോട്ടത്തിനും സാങ്കേതിക സഹായത്തിനും ഉത്തരവാദിത്വം നൽകിയിട്ടുണ്ട്. 2009 ജൂണിൽ പ്രവർത്തനം ആരംഭിച്ച ഏജൻസി വഴി ഏകദേശം 3868 ഹെക്ടർ സ്ഥലത്ത് കർഷകർ കശുമാവ് കൃഷിയിറക്കി. കൃഷിക്കാർക്ക് ചെക്ക്, ഇലക്ട്രോണിക് മണിഓർഡർ എന്നീ മാർഗ്ഗത്തിൽ സാമ്പത്തിക സഹായം എത്തിച്ചു.

ഒട്ടേറെ സെമിനാറുകളും പരിശീലന പരിപാടികളും കർഷകർക്കായി നടത്തിവരുന്നു. കാർഷിക സർവ്വകലാശാലയിൽ പ്രവർത്തിക്കുന്ന ശാസ്ത്രജ്ഞന്മാരുടെ സേവനം പ്രയോജനപ്പെടുത്തി. കശുമാവ് കൃഷിയെ സംബന്ധിക്കുന്ന എല്ലാവശങ്ങളെക്കുറിച്ചും ശാസ്ത്രീയ അവബോധം നല്കുകയായിരുന്നു ലക്ഷ്യം. പ്രോജക്ട് ഫണ്ടിൽ നിന്നും 5625 രൂപ കൂടാതെ 58000 രൂപ സർക്കാർ അനുവദിച്ചതും പ്രതിഹെക്ടറിന് നല്കുകയുണ്ടായി. 2009–10 കാലയളവിൽ 1200 ലക്ഷം രൂപ ഈ വിഭാഗത്തിൽ ചെലവിടുകയുണ്ടായി. പിന്നീടുള്ള വർഷങ്ങളിൽ കൂടുതൽ ആസൂത്രണത്തോടുകൂടി പദ്ധതി കൊണ്ടുപോകാൻ കഴിയുന്നു. KSACC ആസ്ഥാനം കൊല്ലത്ത് കൊച്ചുപിലാംമൂടിനടുത്താണ്.

പൂവിടുന്ന കാലം	ഇനങ്ങൾ	ഗ്രേഡ്	കശുവണ്ടിപ്പരിപ്പ് ഭാരം ഗ്രാമിൽ	തോട്ടണ്ടി ഭാരം ഗ്രാമിൽ	ഒരു മരത്തിൽ നിന്നുള്ള വിളവ് കിലോഗ്രാമിൽ
ആഗസ്റ്റ് – നവംബർ	ആനക്കയം	W280	5.95	1.67	12.00
നവംബർ	മാടക്കത്തറ-1	W280	6.2	1.64	13.80
നവംബർ – ഡിസംബർ	കനക	W280	6.8	2.08	12.80
ഡിസംബർ – ജനുവരി	ധരശ്രീ	W240	7.8	2.4	15.02
	അമൃത	W210	7.18	2.24	18.30
	അക്ഷയ	W180	11	3.12	11.78
	ദാമോദർ	W210	8.2	2	13.36
	ധന	W210	8.2	2.44	10.66
ഡിസംബർ – ഫെബ്രുവരി	കെ-22-1 (കൊട്ടാരക്കര)	W280	6.2	1.6	13.20
	പ്രിയങ്ക	W180	10.8	2.87	16.90
ജനുവരി – ഫെബ്രുവരി	വൃദാചലം-3	W210	7.18	2.16	11.68
	അനഘ	W180	10	2.9	13.73
	സുലഭ	W210	9.8	2.88	21.90
	രാഘ വ്	W210	9.2	2.27	14.65
ജനുവരി – മാർച്ച്	മാടക്കത്തറ-2	W210	7.25	1.88	17.00

10

പ്രശ്നങ്ങൾ പരിഹാരങ്ങൾ

വിദഗ്ദ്ധതൊഴിലാളികളുടെ അഭാവമാണ് ഈ രംഗം നേരിടുന്ന മുഖ്യപ്രശ്നം. പൊതുങ്ങാതെയും പൊട്ടാതെയും കശുവണ്ടി തല്ലിയെടുക്കാൻ കഴിയുന്നവരുടെ എണ്ണം കുറഞ്ഞുകൊണ്ടിരിക്കുകയാണ്. പുതിയ തലമുറ ഈ രംഗത്തേക്ക് കടന്നുവരാൻ വൈമുഖ്യം കാണിക്കുന്നു. ഒട്ടുമിക്ക ഫാക്ടറികളിലും തൊഴിലാളികളുടെ ആരോഗ്യ പരിരക്ഷയിൽ പിന്നിലാണ്. തൊഴിൽ സൗകര്യങ്ങൾ അപര്യാപ്തമാണ്. 'തൊഴിലാളിയെക്കാളും പ്രാമുഖ്യം തൊഴിലിന് ഇല്ലെന്ന' ആശയം കാറ്റിൽപ്പറത്തിയിരിക്കുകയാണ്. ഏകദേശം 3 ലക്ഷം തൊഴിലാളികൾ പണിയെടുക്കുന്നതിൽ 95 ശതമാനവും സ്ത്രീകളാണ്. ഈ മേഖലയിലെ പ്രശ്നങ്ങളെക്കുറിച്ച് പഠിക്കാൻ കേന്ദ്രസംഘം ആരംഭമിട്ടു. മുപ്പതിനായിരംപേർ പൊതുമേഖലയിലാണ്. കശുവണ്ടി തൊഴിലാളികളുടെ ജീവിതസാഹചര്യങ്ങളും തൊഴിൽ പ്രശ്നങ്ങളും പഠിക്കുന്നതിന്റെ ഭാഗമായി രൂപവല്ക്കരിച്ച ഉന്നതതല സംഘം 2013 സെപ്തംബർ അവസാനവാരം കേരളത്തിൽ സന്ദർശനം നടത്തി.

സാമൂഹിക സുരക്ഷ, ആരോഗ്യപ്രശ്നങ്ങൾ, ഫാക്ടറികളുടെ അവസ്ഥകൾ, പുത്തൻ സാങ്കേതിക വിദ്യകളുടെ സാദ്ധ്യത എന്നിവയാണ് സംഘം പഠിക്കുന്നത്. ഇതിന്റെ റിപ്പോർട്ട് മൂന്ന് മാസത്തിനകം തൊഴിൽ മന്ത്രാലയത്തിന് സമർപ്പിക്കും. ഡയറക്ടർ ജനറൽ വി പി യജുർവേദിയാണ് കമ്മിറ്റിയുടെ അദ്ധ്യക്ഷൻ. കേരളത്തിൽ നിന്ന് അഡ്വ. കല്ലട കുഞ്ഞുമോൻ, പി സുന്ദരം, അഡ്വ. ജമീല ഇബ്രാഹിം, ഇന്ത്യൻ ലോ ഇൻസ്റ്റിറ്റ്യൂട്ട് ഡയറക്ടർ ശിവകുമാർ തുടങ്ങിയവർ അംഗങ്ങളാണ്.

പൊതുമേഖലയിൽ നിലനില്ക്കുന്ന സേവന-വേതന വ്യവസ്ഥകൾ മെച്ചപ്പെട്ടതാണ്; ഒപ്പം ചില സ്വകാര്യ ഫാക്ടറികളിലും. ഒട്ടനവധിപ്പേർ

കശുവണ്ടി വ്യവസായത്തിലെ ആധുനിക ഉപകരണങ്ങൾ

ലൈസൻസ് നേടുന്നുവെങ്കിലും അവശ്യം വേണ്ടുന്ന തൊഴിൽ സൗക ര്യങ്ങളും മറ്റ് ആനുകൂല്യങ്ങളും നല്കുന്നതിൽ പിന്നിലാണ്. സർക്കാരിന് തന്നെ കൃത്യമായ കണക്ക് തരാൻ കഴിയുന്നില്ല. ഒപ്പം ഫാക്ടറികളുടെ എണ്ണത്തിലും അസംഘടിത മേഖലയിലുള്ളവരുടെ എണ്ണത്തിലും തൊഴിൽ സാഹചര്യങ്ങളെക്കുറിച്ചും.

കശുവണ്ടി വ്യവസായം തോട്ടണ്ടിയ്ക്കായി ഇറക്കുമതിയെ ആശ്ര യിക്കേണ്ടി വരുന്നു. സംസ്ക്കരണത്തിന്റെ ചെലവ് ഏറുന്നതുകൊണ്ട് ലോകവിപണിയിൽ പിടിച്ചുനില്ക്കാൻ പ്രയാസമുണ്ട്. അത്യുല്പാദന ശേഷിയുള്ള ഇനങ്ങൾ നാട്ടിൽ വച്ചുപിടിപ്പിച്ച് ഒരുപരിധിവരെ ഈ പ്രശ്ന ത്തിന് പരിഹാരമുണ്ടാക്കാം. ഈ ദിശയിൽ കേന്ദ്രസർക്കാർ ശ്രമം ആരം ഭിച്ചുകഴിഞ്ഞു.

ഒട്ടുമിക്ക ഫാക്ടറികളിലും ഒരു കോർപ്പറേറ്റ് മാനേജ്മെന്റ് പ്രവർ ത്തിക്കുന്നില്ല. ചെലവ് ചുരുക്കലിന്റെ ഭാഗവും കൂടുതൽ ലാഭവുമാണ് ഇതിന്റെ പിന്നിലുള്ളത്. ഈ സമീപനം കശുവണ്ടി വ്യവസായത്തിന് ഗുണമേന്മ ഉറപ്പിക്കുന്നില്ല. ഉല്പാദനം, തൊഴിലാളി ക്ഷേമം, തൊഴിൽ സ്ഥിരത എന്നിവ സാക്ഷാത്ക്കരിക്കാൻ കഴിയാതെ വരുന്നുവെന്ന് മുൻ തൊഴിൽവകുപ്പ് മന്ത്രി സഖാവ്. പി കെ ഗുരുദാസൻ വ്യക്തമാക്കി.

ഒട്ടേറെ രാജ്യങ്ങൾ പ്രത്യേകിച്ച് വിയറ്റ്നാം, ബ്രസീൽ തുടങ്ങിയ രാജ്യങ്ങൾ ഈ രംഗത്ത് നിർണ്ണായകമായ സ്ഥാനം നേടിക്കഴിഞ്ഞിട്ടുണ്ട്. വൻതോതിൽ യന്ത്രവല്ക്കരണം നടപ്പിലാക്കിക്കഴിഞ്ഞിട്ടുണ്ട് എന്നുള്ളത് ശ്രദ്ധേയമാണ്. ഇന്ത്യയും ഇക്കാര്യത്തിൽ ശ്രദ്ധ ചെലുത്തേണ്ടിയിരിക്കു ന്നു. ഭാരതത്തിലെ മിക്ക കശുവണ്ടി സംസ്കരണ സംസ്ഥാനങ്ങൾ യന്ത്രവല്ക്കരണം നടപ്പിലാക്കിയിട്ടുണ്ട്. കേരളത്തിലും തൊഴിലാളികൾ ലഭ്യമല്ലാത്ത മേഖലകളിൽ കൂടുതൽ യന്ത്രവല്ക്കരണം നടപ്പാക്കാവു ന്നതാണ്. യന്ത്രവല്ക്കരണം കൊണ്ട് തൊഴിൽ നഷ്ടപ്പെടുന്നത് തീരെ ക്കുറവാണ്. കാരണം യന്ത്രങ്ങൾ ഉണ്ടെങ്കിലും പൂർണ്ണമായ സംസ്ക്കര ണത്തിന് തൊഴിലാളികൾ കൂടിയേ തീരു. മറ്റൊന്ന് ഉല്പാദനം വർദ്ധി പ്പിച്ച് കൂടുതൽ പേർക്ക് തൊഴിൽ ലഭ്യമാക്കാനും കഴിയും. പൂർണ്ണമായ തോതിൽ അതായത് പരിപ്പ് പൊടിഞ്ഞ് പോകാതെയും തോടിൽ നിന്ന് പൂർണ്ണമായും വേർപെടുത്തി സംസ്കരിക്കുന്നതിനുള്ള യന്ത്രസംവി ധാനം ഇനിയും വരേണ്ടിയിരിക്കുകയാണ്. ലഭ്യമായ തൊഴിലാളികളുടെ തൊഴിൽ സാഹചര്യങ്ങൾ മെച്ചപ്പെടുത്തിയും അവരുടെ ആനുകൂല്യങ്ങൾ അനുവദിച്ചും, കൂടുതൽ ഉല്പാദനച്ചെലവ് ഇല്ലാതെ ഉല്പന്നത്തിന് ലോകവിപണിയിൽ പിടിച്ചുനില്ക്കാവുന്നതാണ്.

ആഭ്യന്തര വിപണി ശക്തമാണ്. കശുവണ്ടിപ്പരിപ്പ് വില്ക്കുന്നതില പ്പുറം മൂല്യവർദ്ധിത ഉല്പന്നങ്ങൾ നിർമ്മിച്ച് വിപണനം ചെയ്യുകയാണ് കാലഘട്ടത്തിന്റെ ആവശ്യം. കശുമാങ്ങയിൽനിന്നും ജൂസും, വൈനും, പഴച്ചാറും വ്യാവസായികമായി ഉല്പാദിപ്പിക്കുന്നതിനൊപ്പം പരിപ്പ് ഉള്ളി ലുള്ള ചോക്ലേറ്റ്, കാഷ്യു പൗഡർ, കുരുണ് വറുത്തത് എന്നിങ്ങനെ

വൈവിദ്ധ്യമാർന്ന ഉല്പന്നങ്ങൾക്ക് ആവശ്യക്കാർ ഏറെയാണെന്ന് മാർക്കറ്റ് സർവ്വേകൾ നിർദ്ദേശിക്കുന്നു. കാഷ്യു കോർപ്പറേഷൻ ഈ രംഗത്ത് കാൽവെയ്പ്പുകൾ നടത്തി വരുന്നു. കശുവണ്ടി മേഖലയെ നിലനിർത്താനും ഉയർത്താനും ഇത്തരം നടപടികൾ കൂടിയേതീരു എന്ന് കോർപ്പറേഷനിലെ ഒരു വക്താവ് ശ്രദ്ധയിൽപ്പെടുത്തി.

കശുവണ്ടിപ്പരിപ്പിന്റെ ഗുണമേന്മ ജനങ്ങളെ അറിയിക്കുക. സർക്കാർ ശ്രദ്ധാപൂർവ്വം ഇടപെടുകയും കശുമാവ് കൃഷി പ്രോത്സാഹിപ്പിക്കുകയും അവശ്യം വേണ്ടുന്ന ആധുനികവല്ക്കരണം നടത്തുന്നതിനുള്ള സഹായവും പ്രോത്സാഹനവും നൽകേണ്ടതുമുണ്ട്- സി ഇ പി സി യുടെ വക്താവ് ചൂണ്ടിക്കാട്ടി. തൊഴിലാളികൾക്ക് പരിരക്ഷയും പരിശീലനവും നല്കാൻ വൈകരുത്. സംസ്ക്കരണവും പായ്ക്കിങ്ങും അന്താരാഷ്ട്ര നിലവാരം പുലർത്താൻ കർശന നിർദ്ദേശങ്ങൾ നല്കി നടപ്പാക്കണം. കശുവണ്ടി വ്യവസായത്തിന് ആവശ്യമുള്ള യന്ത്രങ്ങൾ രൂപകല്പന നടത്തി വികസിപ്പിച്ചെടുക്കുകയും അനുബന്ധ വ്യവസായമായി ബന്ധപ്പെട്ട ഗവേഷണങ്ങൾ പ്രോത്സാഹിപ്പിക്കുകയും വേണം. ഈ രംഗത്തിന്റെ ലീഡർ സ്ഥാനം നിലനിർത്താൻ ഇത് കൂടിയേതീരുവെന്ന് ശാസ്ത്രജ്ഞനായ ശ്രീ. C. വിജയ്കുമാർ ഊന്നിപ്പറഞ്ഞു.

കശുവണ്ടിപ്പരിപ്പ് കയറ്റുമതിയിൽ ഒന്നാം സ്ഥാനം നഷ്ടപ്പെട്ടതിന് ഒട്ടേറെ കാരണങ്ങളുണ്ട്. അടുത്തകാലത്തായി നേരിടുന്ന പ്രശ്നങ്ങൾ എന്തൊക്കെയാണെന്ന് നോക്കാം.

1. കൂടിയ ഉല്പാദനച്ചെലവ്.
2. തോട്ടണ്ടിയുടെ ലഭ്യതക്കുറവ്.
3. കയറ്റുമതിക്കാർക്ക് കൂടിയ കയറ്റുമതിത്തീരുവ (മറ്റു രാജ്യങ്ങളെ അപേക്ഷിച്ച്).
4. വിദഗ്ദ്ധ തൊഴിലാളികളുടെ അഭാവം.
5. ബദാം, പിസ്താ, ആൽമണ്ട്, പിസ്റ്റാഷ്യോ, വാൽനട്, പീക്കൺസ്, മക്കഡേമിയ എന്നീ പരിപ്പുകളുടെ വിപണിയിലെ മത്സരം.
6. കൂടുതൽ വിളവുതരുന്ന മുന്തിയ ഇനം കശുമാവ് കൃഷിയുടെ അഭാവം.
7. ആഗോളസാമ്പത്തിക മാന്ദ്യത.